தமிழச்சி தங்கபாண்டியனின்
கவிதை வெளி

தமிழச்சி தங்கபாண்டியனின்
கவிதை வெளி

ஒரு பன்நோக்கு ஆய்வுக்கட்டுரைகள்

தொகுப்பு: ஆ.அமிர்தராஜ்
(ஆசிரியர், அரும்பு மாத இதழ்)

உயிர்மை
பதிப்பகம்

விலை ரூ. 70

உயிர்மை பதிப்பக வெளியீடு: 720

தமிழச்சி தங்கபாண்டியனின் கவிதை வெளி 〳 ஆய்வு 〳 தொகுப்பாசிரியர்: ஆ.அமிர்தராஜ் 〳 ©தமிழச்சி தங்கபாண்டியன் 〳 முதல் பதிப்பு: டிசம்பர் 2019 〳 வெளியீடு: உயிர்மை பதிப்பகம், எண்: 5, பரமேஸ்வரி நகர் முதல் தெரு, அடையார், சென்னை-600 020 தொலைபேசி: 91-44-48586727 〳 மின்னஞ்சல்: uyirmmai@gmail.com, இணையதளம்: www.uyirmmai.com 〳 அட்டை புகைப்படம்: சே.த.இளங்கோவன் 〳 அச்சாக்கம்: மணி ஆஃப்செட், சென்னை-600 077

Thamizhachi Thangapandiyanin KavithaiVeli 〳 Thesis 〳 Compiled by: A.Amirtharaj 〳 ©Thamizhachi Thangapandiyan 〳 Language: Tamil 〳 First Edition: Dec 2019 〳 Demy 1x8 〳 Paper: 18.6 kg maplitho 〳 Pages: 64 〳 Published by Uyirmmai Pathippagam, New No.5 Parameshwari Nagar 1st street, Adyar, Chennai - 600 020, India. Phone : 91-44-48586727, E-mail: uyirmmai@gmail.com, Website: www.uyirmmai.com 〳 Book Cover Photo: S.T.Elangovan 〳 Printed at Mani Offset, Chennai 600 077 〳 Price : Rs. 70

ISBN: 978-81-944734-9-7

தமிழச்சி தங்கபாண்டியன்

சுமதி என்கிற தமிழச்சி தங்கப்பாண்டியன் விருதுநகர் மாவட்டம் மல்லாங்கிணறு கிராமத்தில் பிறந்தார். விருதுநகரில் பள்ளிப்படிப்பும், மதுரையில் கல்லூரிப் படிப்பும் முடித்தபின் சென்னைவாசி. சென்னை இராணிமேரிக் கல்லூரியில், ஆங்கில விரிவுரையாளராகப் பனிரெண்டு ஆண்டுகள் பணிபுரிந்தார்.

ஆஸ்திரேலியாவில் புலம் பெயர்ந்து வாழ்கின்ற இலங்கைத் தமிழர்களது ஆங்கிலப் படைப்புக்களில் **அவர்தம் அலைந்துழல்வு உணர்வு** குறித்து ஆராய்ந்து சென்னைப் பல்கலைக்கழகத்தில், ஆங்கில இலக்கியத்தில் முனைவர் பட்டம் பெற்றுள்ளார். மொழிபெயர்ப்பிலும், தமிழ் அரங்கச் செயல்பாடுகளிலும் இவருக்கு ஆர்வமும், பங்கேற்பும் உண்டு.

தொடர்ச்சியான கவிதை இயக்கம், அரசியல் உள்ளீடு கொண்ட படைப்பு பலம், தொன்மையும் நவீனமும் இணையும் பாங்கு, அடித்தட்டு மக்களின் மீதான அக்கறை, தமிழ் தேசிய நலனில் கரிசனம், உலகமயமாக்கலின் அடையாள அழிப்பிற்கு எதிர்த்திசையில் தமிழின் பன்முக அடையாளங்களைத் தேடிப் படைக்கும் ஆற்றல் என விரிவான படைப்புலகம் இவருடையது.

இவரது படைப்புகள் நந்தனம் அரசு கலைக்கல்லூரி, லயோலா கல்லூரி, எத்திராஜ் மகளிர் கல்லூரி, மகளிர் கிருத்துவக் கல்லூரி மற்றும் ஸ்டெல்லா மாரிஸ் கல்லூரியின் தமிழ் பட்டப் படிப்பிற்கான பாடத் திட்டத்தில் சேர்க்கப்பட்டுள்ளன. **எஞ்சோட்டுப் பெண்** எனும் முழுக் கவிதைத் தொகுப்பும், பெரியார் பல்கலைக் கழகம் (சேலம்), முதுகலை தமிழ் இலக்கியப் பிரிவு பாடத்திட்டத்தில் இணைக்கப்பட்டுள்ளது.

கவிதைத் தொகுப்புகள்: ***எஞ்சோட்டுப் பெண், வனப்பேச்சி, மஞ்சணத்தி, அருகன், அவளுக்கு வெயில் என்று பெயர்.***

கவிதைத் தொகுப்பு (மொழிபெயர்ப்பு): ***கல்லின் கடுங்கோபம்.***

நேர்காணல் – தொகுப்பு: ***பேச்சரவம் கேட்டிலையோ.***

கட்டுரைத் தொகுப்புகள்: ***பாம்படம், சொல் தொடும் தூரம், மயிலிறகு மனசு, மண்வாசம், நவீனத்துவவாதி கம்பன், உறவுகள் எஸ்.பொ., பூனைகள் சொர்க்கத்திற்குச் செல்வதில்லை, சொட்டாங்கல்.***

விமர்சன நூல்கள்: ***காலமும் கவிதையும் தமிழச்சியின் படைப்புலகம், காற்று கொணர்ந்த கடிதங்கள்.***

ஆங்கில நூல்கள்: **Island to Island** (The Voice of Sri Lankan Australian Playwright-Ernest Thalayasingham Macintyre),

Internal Colloquies, translated by Dr.C.T.Indra of selected poems from Vanapechi by Dr.Thamizhachi Thangapandian.

ஆராய்ச்சித் தொகுப்பு: ***நிழல் வெளி.***

சிறுகதைத் தொகுப்பு: ***முட்டு வீடு.***

விருதுகள்: **ஆஸ்திரேலிய இந்திய கவுன்சில் (AIC) எனும் அமைப்பின் AIC Fellow (2002) விருது, கவிஞர் சிற்பி அறக்கட்டளை விருது (2004), மகாகவி பாரதியார் விருது (2005), விஸ்டம் பதிப்பகத்தாரின் சிறந்த இளவயது நாடகக் கலைஞர் விருது (2005), ஏலாதி இலக்கிய விருது (2008), திருப்பூர் தமிழ்ச் சங்க விருது (2009), பாவேந்தர் பாரதிதாசன் விருது (2009), களம் புதிது இலக்கியக் குழுவின் சிறந்த கவி ஆளுமை விருது (2010), கலைஞர் மு.கருணாநிதி பொற்கிழி அறக்கட்டளையின் சிறந்த கவிஞர் விருது (2013), பாரதி பணிச்செல்வர் விருது (2015), கலகம் கலை இலக்கியத் தமிழ்த் தேசியத்தடம் வழங்கிய சிறந்த பாடலாசிரியர் விருது (2015), விடியல் அறக்கட்டளையின் பாரதி விருது (2017),** MADRAS DEVELOPMENT SOCIETY**யின்** CROWN JEWEL OF SOCIAL ACTIVIST **(சமூக ஆர்வலர் மாமணி) விருது (2017), கவிமுகில் அறக்கட்டளையின் தாராபாரதி விருது (2017), கம்பன் கழகத்தின் நீதியரசர் மு.மு.இஸ்மாயில் நினைவுப் பரிசு (2017),** SPARRC - IISMJன் PRIDE OF INDIA **விருது (2018).**

இவரது படைப்புலகம் குறித்து **தமிழச்சியின் எஞ்சோட்டுப் பெண்ஓர் ஆய்வு**, அழகப்பா பல்கலைக்கழகம் (2006), **தமிழச்சி கவிதைகளில் உள்ளடக்கமும் உருவமும்** அழகப்பா பல்கலைக்கழகம் (2006), **தமிழச்சியின் எஞ்சோட்டுப் பெண் கவிதைகளில் பன்முகத் தன்மை**, பச்சையப்பன் கல்லூரி (2010), **தமிழச்சி தங்கபாண்டியன் கவிதைகளில் பன்முகப் பார்வை** மதுரைக் கல்லூரி (தன்னாட்சி) (2012), **பன்முகப்பார்வையில் தமிழச்சியின் வனப்பேச்சி** பெரியார் ஈ.வெ.ரா. கல்லூரி (தன்னாட்சி) (2013), **தமிழச்சியின் மண்வாசத்தில் மருத்துவக் குறிப்புகளும் மக்கள் உறவுகளும்** பெரியார் ஈ.வெ.ரா. கல்லூரி (தன்னாட்சி 2014) ஆகிய ஆறு இளமுனைவர் (M.Phil) பட்ட ஆய்வுகள் தமிழில் அளிக்கப்பட்டுள்ளன.

தமிழச்சியின் படைப்புகளில் பெண்ணியச் சிந்தனைகள் எனும் தலைப்பில் இவரது படைப்புகள் குறித்து கொடைக்கானல், அன்னை தெரசா மகளிர் பல்கலைக்கழகம் (2014), **தமிழச்சியின் கவிதைகள் நோக்கும் போக்கும்** என்னும் தலைப்பில் பாரதிதாசன் பல்கலைக்கழகம் (2015), ஆகிய இரண்டு முனைவர் (Ph.D) பட்டத்திற்காக ஆய்வேடுகள் சமர்ப்பிக்கப்பட்டுள்ளன.

தற்சமயம் திராவிட முன்னேற்றக் கழகம் சார்பில் தென் சென்னைத் தொகுதியின் நாடாளுமன்ற உறுப்பினராகத்(மக்களவை) தேர்ந்தெடுக்கப்பட்டுள்ளார்.

இணையதளம்: www.thamizhachithangapandian.in

மின்னஞ்சல்: contact@ithamizhachi.com

முகவரி: ‘தங்கபாண்டியன் இல்லம்’,
மனை எண்.8, முதல் பிரதான சாலை,
ராஜா நகர், நீலாங்கரை, சென்னை 600 115.
வீடு: +914424491858, அலைபேசி: +91 9841208151

முகநூல்: @thamizhachith

கீச்சகம்: @thamizhachiTh

சமர்ப்பணம்

தென்சென்னைத் தொகுதி வாக்காளப் பெருமக்களுக்கு...

நன்றி

ப்ரதிபா ஜெயசந்திரன்
முனைவர் இரவி
அரும்பு மாத இதழ்
தொன் போஸ்கோ கலை மற்றும் அறிவியல் கல்லூரி

கவிதை குறித்த பேச்சுகளும், மறுபேச்சுகளும்

ந.முருகேசபாண்டியன்

இணையச் சேடிகள் இத்தனைபேர்
தலைமாட்டில் தவமிருந்தும்
இன்னும் உறங்குதியோ
மென்பொருள் மின்பாவாய்

— தமிழச்சி தங்கபாண்டியன்

கவிதைக்குள் ஒலிக்கிற குரல் யாருடையது? சிலவேளைகளில் கவிஞராகவும் இருக்கலாம். மொழிப் பொருள் வெளிப்படத் தோன்றாதபோது, மங்கலாக இருக்கிற கவிதை வரிகள், ஒருவகையில் மொழி விளையாட்டுத்தான். ஒரு காட்சி அல்லது அபூர்வமான தருணத்தைச் செறிவூட்டப்பட்ட சொற்களால் கவிதையாக்கிடும்போது, அதில் தொனிக்கிற நான் யார் என்பது முக்கியமான கேள்வி. தன்னுணர்ச்சிப் பாடல்களில் கவிஞர் சித்தரிக்க விழையும் 'நான்' என்பது பல்வேறு சமூக நான்களின் குவிமையம். தமிழ்க் கவிதை, சங்க காலம் முதலாகவே எளிமையான மொழியில் வெளிப்பட்டுள்ளது. ஐம்பதுகளில் எழுத்து பத்திரிகையில் கவிதைகள் எழுதிய கவிஞர்கள், பளிங்குப் பெட்டகம் போலக் கவிதையை உருமாற்றிட முயன்றது, இன்னொரு போக்காக இன்றுவரையிலும் தொடர்கிறது. நவீன கவிதையானது இன்று மரபு, சமூக விழுமியங்கள், தத்துவம் போன்றவற்றின் பின்புலத்தில் மனிதனை மையமாகக்கொண்டு, பன்முகத்தன்மையுடையதாக விளங்குகிறது. சரி, போகட்டும். எஞ்சோட்டுப் பெண் என்ற கவிதைத் தொகுப்புத் தொடங்கி, தமிழச்சி தங்கபாண்டியன், கவிதைகள்மூலம் கட்டமைக்க முயலுகிற உலகம்தான் என்ன? அவருடைய கவிதைகள் பெரிதும் இயற்கை, மண், தொன்மை சார்ந்துள்ளன என ஒற்றை வரியில் மதிப்பிட முடியுமா? காத்திரமான அரசியல் பின்புலத்தில் சமூக விமர்சனமாக விரிந்துள்ள தமிழச்சியின் கவிதைகளை எப்படி

அவதானிப்பது? கவிதை என்பது சுயம் சார்ந்த நிலையில், தன்னுடன் இயைந்திருக்கும் சமூகத்துடனான வினையுடன் தொடர்புடையது என்று நம்பிக்கையானது, தமிழச்சியின் கவிதையாக்கத்தில் முக்கிய இடம் வகிக்கிறது. பெண் கவிதை எனச் சூட்டப்படும் மகுடம் குறித்த அக்கறையற்று, தனக்காக உருவாக்கிக்கொண்ட வெளியில் எழுதப்பட்டுள்ள தமிழச்சியின் கவிதைகள் குறித்துப் பேச வேண்டியுள்ளது.

ஒப்பீட்டளவில், தமிழிலக்கியப் பரப்பில் கவிஞர்களின் எண்ணிக்கை அதிகம். இலக்கிய உலகிற்கு அறிமுகமாகிற ஒவ்வொருவருக்கும் சொல்வதற்குக் கைவசம் கவிதை இருக்கிறது. கவிதை, மொழியின் ஜாலத்தினால் வாசக மனதில் உருவாக்கிடும் அனுபவங்கள் வெளியெங்கும் மிதக்கின்றன. என்றாலும், நவீன கவிதை பற்றிய பேச்சுகளும், விவாதங்களும் விரிந்த அளவில், இங்கே நடைபெறவில்லை. கவிதையை அணுகுவதற்கான விமர்சன அளவுகோல்கள் அல்லது கருவிகள் போதுமானதாக இல்லாத நிலையில், ஒருவகையான மௌனம் நிலவுகிறது. இத்தகைய சூழலில் தமிழச்சி தங்கபாண்டியன் 2004 ஆம் ஆண்டு முதல் தொடர்ந்து எழுதி வருகிற கவிதைகள் குறித்து, ஐந்து விமர்சகர்களின் கட்டுரைகள், தொகுக்கப்பட்டு நூலாகப் பிரசுரமாவது, கவனத்திற்குரியது. தமிழவன், ஜமாலமன், எஸ். சண்முகம் எழுதியுள்ள கட்டுரைகள், பருண்மையான கோட்பாட்டுப் பின்புலத்தில் தமிழச்சியின் கவிதைகளை அணுகிச், செறிவுடன் விமர்சித்துள்ளன. நிலம், கிராமத்து எளிய மனிதர்கள் சார்ந்து விரிந்திடும் தமிழச்சியின் கவிதைகள் வாசிப்பில் கிளர்த்துகிற மனப் பதிவுகளை முன்னிலைப்படுத்தி ப்ரதிபா ஜெயசந்திரன், பிரேமா எழுதியுள்ள கட்டுரைகள், மரபானவை. தமிழச்சி கவிதைகள் உருவாக்கிய அனுபவங்களின் வழியாக விரிந்திடும் விமர்சனக் கட்டுரைகள், வாசிப்பில் ஏற்படுத்துகிற மறுபேச்சுகள், முக்கியமானவை.

புதுக்கவிதையில் முழுமையைத் தொடங்கியவர் எனக் கவிஞர் தமிழச்சியை அடையாளப்படுத்துகிற தமிழவனின் கட்டுரை, காத்திரமான அரசியல் பின்புலமுடையது. சங்கக் கவிதை மரபின் தொடர்ச்சியைத் தமிழச்சியின் கவிதைகளில் கண்டறிவது ஒருபுறம் எனில், இருபதாம் நூற்றாண்டில் அண்ணா கண்டறிந்த தமிழ் அரசியல் மரபில் பொருத்துவது, இன்னொருபுறம் நுட்பமாக வெளிப்பட்டுள்ளது. தமிழ்க் கவிதை வரலாற்றில் கவிஞர் பாரதிதாசன் பெறுமிடத்தையும், அவர் உருவாக்கிய வெளியையும் கண்டறிந்திட்ட தமிழவன், அந்தப் பாரம்பரியத்தில் தமிழச்சியைப் பொருத்திட முயன்றுள்ளார். தமிழில் எழுதுகிற பெண் கவிஞர்களிடமிருந்து வேறுபட்ட பண்பு, தமிழச்சி படைத்துள்ள கவிதைகளின் உற்பத்தி மூலக்கூறில் பொதிந்துள்ளது எனவும், அது பாரதிதாசனின் கவித்துவ

மரபின் தொடர்ச்சி எனவும் தமிழவன் விமர்சித்துள்ளார். அது, தமிழ்ப் பாரம்பரியத்தின் ஆற்றலையும், தற்காலத்தின் தனித்துவத்தையும் தமிழச்சிக்குக் கொடுக்கிறதென்ற விவரிப்பு, கவனத்திற்குரியது. "தமிழச்சி மொழி எனும் கனவுலகில் உள் ஆழத்திலிருந்து கவிதை புனையும்போது, இதில் செயல்படுகிறார்" என்ற தமிழவனின் கணிப்பு, கவிதை வாசிப்பில் புதிய அர்த்தங்களை உருவாக்குகிறது. ஒருவித fragmentation எனப்படும் பின்னமாதலை முன்வைத்துப் பின்னமான பிரக்ஞையை முன்னிலைப்படுத்திய எழுபதுகள் காலகட்டத்திய புதுக்கவிதைப் போக்குடன் ஒப்பிடும்போது, தமிழச்சியின் முழுமைக் கவித்துவம் புலப்படும் என்ற தமிழவனின் பேச்சுக்கு ஏது மறுபேச்சு?

ஜமாலன் வெளிப்படையான அரசியலை முன்வைத்து, தமிழச்சியின் கவிதைகளை அணுகியுள்ளார். ஜனநாயகம், குடிமை அரசியல் என்ற சொற்களின் பின்புலத்தில் செயல்படும் அரசியல், வைதிக சமயத்தின் வர்ணாசிரமத்திற்குச் சார்பாகவே உள்வாங்கப்பட்ட நிலையில், பார்ப்பனர்களுக்குச் சாதியும், வர்க்கமும் ஒன்றே என்றும், இதுவரை மாறாத ஒற்றை அதிகார வர்ணமாகவே பார்ப்பனியம் செயல்படுகிறது என்றும் ஜமாலன், தனது கருத்தை முன்வைத்துள்ளார். அவருடைய அரசியல் சித்தரிப்பு, தமிழச்சியின் கவிதைகளை எப்படி அணுகுவது என்று விரிவான புரிதலாகும். தமிழச்சியின் கவிதைகளில் வெளிப்படும் கடந்த காலம் குறித்த ஏக்கம், நகரமயமாகிவிட்ட தன்னிலையின் கூட்டு நினைவாகப் பதிவாகியுள்ளது என்ற பார்வை, பின்நவீனத்துவ அடிப்படையிலானது என்று வரையறுத்துள்ளார். அதன் குறியீட்டு வடிவமான வனப்பேச்சியின் குரல், பெருந்தெய்வ மரபைக் கட்டுடைக்கிறது. அதேவேளையில் விளிம்புநிலையினரான கிராமத்தினரின் குரலாகவும் வெளிப்படுகிறது. தமிழச்சியின் நேரடியான அரசியல் கவிதைகளுடன், உள்ளுறையாகப் பேசப்படுகிற அரசியல் கவிதைகள் குறித்து ஜமாலன் குறிப்பிடுகிற விஷயங்கள், முக்கியமானவை. உலகமயமாக்கல் காலகட்டத்தில் தமிழச்சியின் கவிதைகள், விளிம்பிற்குத் தள்ளப்பட்ட நகரத்தின் சேரி வாழ்க்கையுடன் ஒத்திசைந்து போகின்றன. மேலும், குடிமைச் சமூகம், நுகர்வுச் சமூகமாக மாறுவதைக் கவிதைகள் மூலம் பகடி செய்தல், உள்ளூர்த்தன்மையுடன் அதேவேளையில் பரந்துபட்ட நிலையில் பிரபஞ்சத்தைக் கவிதையில் எதிர்கொள்ளல், உளவியல் தரமாற்றத்திற்கான முயற்சி, தன்னிலை இடப்பெயர்வு, கிராமியத் தன்னிலையை நகரத்திற்குள் இடுதல் இப்படியான கருத்தியல் பார்வையுடன் ஜமாலன் கவிதைகளை அணுகிட முயன்றுள்ளார். தமிழச்சியின் கவிதைகள், விளிம்புநிலைக் கிராமியத்தின் குரலாகவும், அதன் அழகியல் வெளிப்பாடாகவும் ஜனநாயக வெளியாகவும், குடியாண்மை வெளியாகவும் விரிகிறது என்ற ஜமாலனின் மதிப்பீடு, பொருத்தமானது.

தமிழச்சியின் கவிதைகளில் மையமாக வெளிப்படுகிற கிராமத்தை முன்வைத்த சித்தரிப்புகள், வாசிப்பில் பலருக்கும் அவரவர் கடந்த காலத்திய கிராமியச் சூழலை நினைவூட்டும் வல்லமையுடையன. கிராமத்துப் பின்புலத்திலான கவிதைகள் தந்த இதமான உணர்வில் தத்தளிக்கிற மனதுடன், ஈரமான சொற்களினால் ப்ரதிபா ஜெயசந்திரன் விவரித்துள்ள காட்சிகள், ரசனைவயப்பட்டவை. தமிழச்சியின் கவிதைகள், தமிழின் வேர்களில் இருந்து, அதாவது சங்கக் கவிதைகளில் இடம் பெற்றுள்ள சொற்கள், சொற்றொடர்களில் இருந்து கிளைத்தன என்று மரபின் தொடர்ச்சியானவை என்று அடையாளப்படுத்துவதில் அரசியல் பொதிந்துள்ளது. சங்கத் திணை மரபில் முதல், கரு, உரிப்பொருள் என்ற பாகுபாட்டினைத் தமிழச்சியின் கவிதைகளில் பொருத்தி, கவித்துவத்தைச் சுவராசியமான மொழியில் விவரித்துள்ள ப்ரதிபா ஜெயசந்திரனின் விமர்சனம், கவிதைகள் அவருக்குள் ஏற்படுத்திய பேரானந்தத்தின் வெளிப்பாடு.

கவிதையை விமர்சிக்க எஸ்.சண்முகம் கையாளுகிற மொழி, வேறுபட்ட கோணத்தில் தமிழச்சியின் கவித்துவத்தை ஆராய்ந்திட முயலுகிறது. எழுபதுகளின் காலகட்டத்தில் கோலோச்சிய இருண்மையான கவிதை மொழியைப் போலவே விமர்சனத்திலும் இருண்மைத்தன்மையுடன் சண்முகம் கவிதையை அணுகியுள்ளார். " கவிதையின் பருண்மைப் பண்பிலிருந்துதான் அதன் பருண்மையற்ற வெளிக்குள் பிரவேசிக்க முடியும், கவிதையை வாசிக்கும்போதெல்லாம் வாசிக்காது விட்டுவிட்ட இன்னொரு கவிதையாடல் நம்மைப் பின்தொடர்ந்து வருகிறது, கவிதையை வாசிக்க நமக்குக் கிடைக்கும் உள்ளுமை முழுமையான காட்சியாய் அகப்படுத்தி இருப்பினும் பிரதியின் அடுக்குகளாக உயிராக்கம் பெறுகின்றன. இப்படியான விமர்சனப் பிரதிகள், தமிழச்சியின் பெரும்பாலான எளிய கவிதைகளுக்கு ஒருபோதும் பொருந்தாது. ஏற்கனவே மங்கலும், கலங்கலும் ததும்பிய சொற்களில் சிக்கித் தவிக்கிற கவிதையை விமர்சித்திட மீண்டும் திருகி, இறுக்கமான சொற்கள், பயன்படுமா? யோசிக்க வேண்டியுள்ளது. எஞ்சோட்டுப் பெண் கவிதைத் தொகுப்பு முதலாகத் தமிழச்சிக்குத் தெளிவான தீர்மானம் இருக்கிறது. உலக மொழிகளில் கொண்டாடப்படுகிற சிறந்த கவிதைகள் குறித்து நன்கறிந்திருந்தும், அவருடைய மனம் அசலானது எனக் கருதுவதைக் கவிதையாக்குவதில் இருந்து ஒருபோதும் பின் வாங்கவில்லை. அதுதான் தமிழச்சியின் தனித்துவம்.

'நீயும் நானும் நாங்களும்' என்ற இரா. பிரேமாவின் கட்டுரை, சுயம் சார்ந்த நிலையில், கவிதையை முன்வைத்துத் தமிழச்சியைக் கொண்டாடுகிறது. கட்டுரையாளர், கவிதைத் தேனை ருசித்து, அதிலேயே மூழ்கி விட்டார். அவ்வளவுதான்.

தமிழச்சியின் கவிதைகளைப் பொருத்தவரையில் எனக்குப் பிடித்த அம்சம் — பல்வேறு போக்குகளை முன்னிறுத்தும் கவிதைகள், தாறுமாறான மொழியில் வெளிப்படுவதுதான். அவர், தனக்குப் பிடித்த விஷயங்களைக் கவிதையாக்குவேன், அவற்றை எனது ரசனை சார்ந்து எனக்கான மொழியில் படைப்பேன் எனச் சுயமாகச் செயல்படுகிறார். மனித மையமாகப் படைக்கப்பட்டுள்ள பெரும்பாலான கவிதைகள், தமிழச்சியின் மனவோட்டம் சார்ந்து எழுப்பியுள்ள கேள்விகள், முடிவற்று நீள்கின்றன. உலகமயமாக்கல் காலகட்டத்தில், தொன்மையான தமிழ் மொழி, தனது அடையாளத்தையும், இருப்பையும் எப்படித் தக்கவைக்கப் போகிறது என்ற கேள்வி முக்கியமானது. இந்நிலையில் நினைவுகளின் வழியே மிதந்திடும் தமிழரின் பாரம்பரியத்தையும், சமகாலத்தையும் தமிழச்சி கவிதைகள் மூலம் மீண்டும் பதிவாக்கியிருப்பது, இன்றைய தேவை. தமிழச்சி, கவிதைகள் மூலம் தமிழ்ச் சமூகத்துடன் தொடங்கியுள்ள பேச்சுகள் குறித்து மறுபேச்சுகளை உருவாக்கிட முயன்றுள்ள விமர்சகர்களின் எழுத்துகள், அவரின் கவித்துவத்துவ ஆற்றலையும், பன்முகத்தன்மையையும் புரிந்திட உதவுகின்றன.

கவிதை எனப்படுவது யாதெனின்

ஆ.அமிர்தராஜ்

தமிழில், கவிதைகள் நிறைய வாசிப்பதுண்டு. அடிப்படையில் நான் ஒரு கவிஞன். நவீனத்துவம், சமுதாய அக்கறை, மனிதாபிமானம், ஜீவராசிகளின்பால் உள்ள ஓர் அடிப்படையான அக்கறை, புரிதல், மானுட பலவீனங்கள் ஆகியவற்றை உள்வாங்கிக்கொண்டு பல நுட்பமான விஷயங்களை, அதற்கான அதீத அழகியலுடனும், தமிழின் வேர்களுடனும் வெளிப்பாடாகும் தமிழச்சியின் கவிதைகள் எனது சிந்தனை வெளியில் ஒரு தனிக் கவனம் பெற்றதில் ஆச்சரியப்பட ஒன்றுமில்லை.

பொது இறையியல், பொது சமூகவியல் போன்ற புதிய துறைகளில் உள்ள எனது ஈடுபாட்டிலிருந்து, ஒரு சந்தர்ப்பத்தில், தமிழச்சியின் கவிதைகளை சில வகைமைகளுக்குள் கொண்டுவந்து, அவற்றை, தற்போது, இலக்கியக் கோட்பாடுகள் குறித்து விரிவாகப் பேசிவரும் சில இலக்கிய ஆளுமைகளிடம் ஆய்வு மேற்கொள்ளச் செய்து, அந்த ஆய்வின் முடிவுகளை ஒரு கருத்தரங்கில் பகிரச் செய்வதுதான் எனது அடிப்படையான நோக்கமாக இருந்தது. அதற்காகவே அரும்பு இதழும், தொன் போஸ்கோ கலை மற்றும் அறிவியல் கல்லூரியும் இணைந்து 31.08.2019 அன்று தமிழச்சியின் கவிதைகள் குறித்த ஒரு கருத்தரங்கத்தை வாசகர்கள், மாணவ, மாணவியர்களுக்காக ஒழுங்கு செய்தோம்.

தமிழச்சியின் கவிதைகள் மீது ஒரு குறிப்பிட்ட சமூக வெளியில் செய்யப்படும் இதுபோன்ற பகுப்பாய்வுகள், கவிதைகள் குறித்த பொது வெளியில் எழுப்பப்படும் நியாயமான கேள்விகளுக்கு பதிலாக அமையுமென நான் நினைத்தேன். இப்படி, ஒருவரின் கவிதைகளைக் குறித்துப் பேசுவதென்பது, இப்போதெல்லாம், சமூக முக்கியத்துவம் இன்றி, அவரவர் தனிப்பட்ட சாதனைகள் குறித்து பாராட்டுவதாக மட்டுமே அமைந்து விடுவதுண்டு. எனவே ஆரம்பத்தில் இருந்தே எங்கள் கருத்தரங்கு, கவிதை எழுதக் கற்றுக்கொள்வது எவ்வளவு முக்கியமானது என்பதில் கவனம்

செலுத்த முயன்றதுடன் பொதுத்தளத்தில், இந்த நுட்பமான கலையான கவிதை எழுதுதல் குறித்து இளைய தலைமுறையினர் எழுப்பிவரும் கேள்விகளுக்கு பதில் சொல்லும் வகையிலும் அமையவேண்டுமென முயன்றது. இக்கருத்தரங்கு, தமிழச்சியின் கவிதைகளுக்கும் தமிழ் சமூகத்தின் பொது வெளிக்குமிடையே செயல்பட்டு வரும் சமூக—அரசியல் / சமூக—கலாச்சார அக்கறைகள் கொண்ட உள்ளார்ந்த தொடர்பை ஆராய்வதை நோக்கமாகக் கொண்டதுதான். இதுதான் இவரது மிக நுட்பமான கவிதைகள் குறித்த உள்ளார்ந்த எனது அடிப்படைப் பார்வை. அந்த அடிப்படையில் அதற்காக, நான் தயாரித்த தலைப்புகளை, இலக்கிய நண்பர்களுடன் கலந்துபேசி, அவரவருக்கான தலைப்புகளை எடுத்துக்கொள்ளச் சொல்லி, கருத்தரங்க நிகழ்விற்கான தேதியை, தமிழச்சி அவர்களிடம் பெற்றுக்கொண்டபோது, பாதிச் சுமையை இறக்கி வைத்தாற்போல இருந்தது. தொடர்ந்து ஒவ்வொருவருடனும் தொடர்புகொண்டு, கட்டுரைத் தயாரிப்பின் நிலை குறித்து அடிக்கடி விசாரித்து, அந்த நபர்களின் கூடுகைக்கான ஏற்பாடுகளைச் செய்து, சரியாக இந்நிகழ்வை சாத்தியமாக்கும்போது, என் பாரமெல்லாம், இறங்கி விட்டது. இவை எல்லாவற்றிலும் எனக்கு உறுதுணையாக இருந்து செயல்பட்ட அரும்பு ஊழியர்கள் செல்வி மற்றும் ஜான்சிக்கு என் மனப்பூர்வமான நன்றி.

இந்த ஆவணங்கள் தொகுக்கப்பட்டு இப்போது தமிழச்சி தங்கபாண்டியனின் கவிதை வெளி எனும் புத்தகமாக வெளியிடப்படுவதில் மகிழ்ச்சியடைகிறேன். இது திட்டமிடுதலின் தொடக்கத்திலிருந்தே நான் அக்கறை கொண்டிருந்த பொதுவெளியை இத் தொகுப்பு சென்றடைய இருக்கிறது. இத் தொகுப்பு சாத்தியமாக தங்களாலான உழைப்பை நல்கிய நல்ல உள்ளங்களுக்கும் நன்றி. தமிழச்சியின் கவிதைகள் குறித்து, சூழ்நிலைகளும் சந்தர்ப்பங்களும் சரியாக அமையுமானால் இதே போன்ற மையக்கருத்தை வைத்து எதிர்காலத்தில் ஒரு விரிவானதொரு பின்தொடர் — திட்டத்தையும் மேற்கொள்ள விரும்புகிறேன். பல்வேறு அரசியல் பணிகளுக்கிடையே கருத்தரங்கில் பங்குகொண்ட தமிழச்சி தங்கப்பாண்டியனுக்கும், வாசகர்களுக்கும், மாணவ, மாணவியருக்கும், கருத்தரங்கில் பங்கேற்று, மிக விரிவான அவதானிப்புடன் விமர்சனக் கட்டுரைகளை அளித்த தமிழ் இலக்கிய விமர்சக ஆளுமைகளுக்கும் அரும்பின் சார்பாக நன்றிகள்.

உள்ளடக்கம்

1. புதுக்கவிதையில் 'முழுமைக் கவித்துவத்தைத்' தொடங்கியவர்
   - தமிழவன். — 21

2. கவிதையும் ஜனநாயக அரசியலும்-வனப்பேச்சி முன்மொழியும் குடிமை சமூக அரசியல்
   - ஜமாலன். — 27

3. படைப்பிலக்கியத்தில் மையத்திற்கு மீளும் தமிழச்சியின் கிராமிய அழகியல்
   - ப்ரதிபா ஜெயசந்திரன். — 41

4. "தன்னிலையின் கையொப்பமும் - இருவேறு உணர்நிலைகளில் கிளைத்தெழும் வேட்கையும்."
   - எஸ்.சண்முகம் — 50

5. நீயும் நானும் நாங்களும்
   - முனைவர் இரா. பிரேமா — 59

புதுக்கவிதையில் 'முழுமைக் கவித்துவத்தைத்' தொடங்கியவர்
தமிழவன்

உலகெங்கும் வாழ்கின்ற சுமார் 10 கோடி தமிழ்மக்களின் கவனம் தமிழகத்தின் திராவிடச் சிந்தனை மரபில் தொடர்பு கொண்டிருக்கிறது. ஈழம், மலேசியா, சிங்கப்பூரில் வாழும் தமிழர்கள்கூட தமிழக ஆட்சி, இங்கு நடக்கும் கலை இலக்கியம் பற்றி அதிகம் யோசிப்பார்கள். இருபதாம் நூற்றாண்டில் பாரதி, ஒருவிதக் கவிதைக்கலையையும் பாரதிதாசன் இன்னொருவிதக் கவிதைக்கலையையும் கண்டுபிடித்தார்கள். அரசியல் பிரக்ஞை இந்த இரண்டு பேரிடமும் எதிர்எதிர் துருவங்களில் அமைந்தன; முதலாமவர் சமஸ்கிருத இந்திய பாரம்பரியம் சார்ந்தும் பாரதிதாசன் அதிலிருந்து விடுபட்டு மூலத்தமிழிலிருந்து 20ஆம் நூற்றாண்டில் அண்ணாவால் கண்டுபிடிக்கப்பட்ட 'தமிழரசியல்' சார்ந்தும் செயல்பட்டனர். இரண்டாவதான அரசியல், சமஸ்கிருதப் பாரம்பரியத்தை மறுக்கும் சங்கத் தமிழில் / கவிதைமுறையில் / வாழ்வியலில் வேர் கொண்டிருந்தது.

அடுத்து நான் சொல்லப்போவது, இந்த இரண்டாம் மரபான பாரதிதாசனின் பாதைவழி தோன்றி தாசனுக்குக் கிடைக்காத சில தன்மைகள் கிடைத்ததால் தமிழச்சி புதிய ஒரு தமிழ் மரபைத் தன் படைப்பாக்கமாக முன்வைக்கும் விஷயம் பற்றி.

பாரதிதாசன், புதுக்கவிதை வந்தபிறகு மறுமதிப்பீட்டுக்கு உட்படுத்தப்பட வேண்டும். பல புதுக்கவிஞர்கள் பாரதிதாசனை வெளிப்படையாய் நிராகரிக்கிறோம் என்று சொல்லாவிட்டாலும், அவர்கள் நிராகரிக்கிறார்கள் என்றுதான் கூறவேண்டும் அல்லது அவரை விட்டுவிடுகிறார்கள். விட்டு விடுவது என்றால் பாரதிதாசன் பற்றிப் பேசாமல் தப்புகிறார்கள். இப்படித் தப்பியவர்கள், ஆத்மாநாம் போன்றோர். கடந்த 30 ஆண்டுகாலமாகத் தோன்றியுள்ள பெண் கவிஞர்களிடம் ஆத்மாநாம் மற்றும் எழுத்து இதழ் கவிஞர்கள் வழிவந்த அந்நியமாதல் போன்ற தனிமைசார்ந்த வெறுமை கவித்துவ மனநிலை இல்லை. தமிழச்சி 'தனித்திருக்கலாம் ஒரு மரமிருந்தால்' என்று அருகன் தொகுப்பில் கூறுகிறார். 'தேர் நிலைக்கு வரும் தருணத்திற்காய்க் காத்திருக்கிறது. தனிமை'என்றும்

கூறுகிறார். தனிமை இங்கு வேறு; ஆத்மாநாமின் தனிமை, முழு வெறுமை; இதுதான் தமிழச்சி கொண்டு வந்த புதிய சிந்தனை. நான் அந்நியமாதல் என்ற சொல்லை மேற்கத்திய தத்துவம் என்ற அர்த்தத்தில் சொல்லவில்லை, ஒருவித கவித்துவம் என்ற பொருளில் சொல்கிறேன். நம் பெண் கவிஞர்களிடமிருந்தும் வேறுபட்ட ஒருவிதமான பண்பு தமிழச்சியிடம், அவர் கவிதைகளின் உற்பத்திக்குக் காரணமான மூலக்கூறுகளில் உள்ளது. அது பாரதிதாசனின் ஒருவகைத் தொடர்ச்சி. பாரதிதாசன் எழுவாய் பயனிலை என்ற இலக்கண அமைப்பில் எழுதினால் வாக்கியத்தை உடைத்து எழுதும் புதுக்கவிதை பாணிக்கு வந்து தமிழச்சி எழுதுகிறார்.

தாசன்,

"மின்னல்போல் எதிர் நின்றான்"
"மலர்க்கொம்பு மனம் ஓடிந்தாள்"
"அவள் அழகு வெளிச்சம்
அடித்தது என்மேல்"
என்றெல்லாம் எழுதுவார்.

இந்தப் பாணியின் சற்றுமாறுபட்ட பெண்மை சார்ந்த குரலை தமிழச்சி தருவார். இருவருக்கும் இவ்வரிகளின் ஒற்றுமை உண்மை.

"பூனைப் பாதமென நுழையும் இரவு"
"பிறந்தோம், ஓடினோம் கலந்தோமெனில்
கடலின், எந்தத் துளி எனது?".
"ஆதிக்கனவைக் கவனமாய் எடுத்துக்
கொறிக்கும் ஓர் அணில்".

இரண்டாவதாக நான் மேற்கோள் காட்டும் தமிழச்சி வரிகளில் வரும் 'கவனமாய்' என்ற சொல்லமைப்பு தாசனுடையதல்ல. புதுக்கவிதை இயக்கம் கவிதைக்கு அளித்தது. இதுபோல், ஞானக்கூத்தனிடம் காணலாம். தமிழச்சியின் மொத்த கவிதைகளையும் (2003லிருந்து 2015வரை) இந்தவித கவித்துவ உள்ளோட்டத்துக்குள் கொண்டு வரலாம் என்பது என் கணிப்பு. பாரதிதாசனும் இன்றைய காலமும் சேர்ந்து உருவாகியவர் தமிழச்சி. அது அவருக்குப் பாரம்பரியத்தின் ஆற்றலையும் தற்காலத்துவத்தின் தன்மையையும் கொடுக்கிறது. இனி வேறு சில விஷயங்களைச் சொல்லலாம்.

கவிதை உலகில் தம் வாழ்வை இணைத்தவர்கள் (பாரதிதாசனாக இருந்தாலும் சரி, தமிழச்சியாக இருந்தாலும் சரி) அவர்களின் மன உலகில் மொழி செயல்படும் விதம் ஒன்றே; ஒவ்வொருவர் தனிக் குணநலன்கள் வேறுபட்டாலும். திராவிடத் தத்துவம் இவ்விருவரையும் தமிழோடு இணைத்துள்ளது. பிற பெண் கவிஞர்களில் இருந்து இது தமிழச்சியைத் தனிப்படுத்திக் காட்டுகிறது. இதில் கட்சிக்கூட்டம்

சார்ந்த கொச்சைப்படுத்தலில் இருந்து வேறுபட்டு தன் நுட்பத்தால் புதுக்கவித்துவம் காணும் வல்லமை கொண்ட தமிழச்சியின் ஒரு கவிதையின் பெயர்: பெயர்ச்சி. யானை என்ற சொல் எங்கும் வராமல் 29வரிகளில் எழுதப்பட்ட ஒரு கவிதை பலர் கவனத்தைக் கவர்ந்துள்ளது. (பார்க்க: அருகன் தொகுப்பு). சுபத்ரா என்ற பெண் வந்ததாய்க் கவிதை கூறுகிறது. சுபத்ராவின் ஆகிருதியைக் கண்டு மிரண்டு நிற்கும் வண்டி மாடுகள், அரசியல்வாதிகளின் 'கட்அவுட்' நிழலில் போகும் சுபத்ரா செருப்பு தைப்பவரின் தலையில் ஆசீர்வதிக்க அவர் சோகையாய்ச் சிரிக்கிறார். கடைசிவரி (29ஆம் வரி) அதுவரை எழுதப்பட்ட 28வரிகளில் எதிலும் எந்தக் குறிப்பும் தரப்படாத செய்தியில் முடிகிறது. இதோ அந்த வரி:

நிமிடத்தில் வனமானது நெடுஞ்சாலை.

கவிதை முடிகிறது. அவ்வளவுதான். இந்த இலக்கிய நுட்பம் திராவிட கட்சி மரபு சார்ந்ததல்ல. தமிழ் சார்ந்தது. சங்க இலக்கியத்தைக் கூர்மையாய் வாசித்தால் அதன் வரிகளின் இடையே இவ்வித முறை தொனிக்கலாம். ஆங்காங்கு கவிதையில் அவள் என்றும் அது என்றும் சொற்கள் மாறுகையில் கவிதை புதுரூபம் பெறுகிறது. யானை அசையும் வனம்போல நெடுஞ்சாலையில் போகிற காட்சி வடிவமாகிறது. புதுக்கவிதை தமிழுக்குக் கொண்டு வந்த இந்தப் புதுவிதக் கற்பனையை நாம் தக்கவிதமாய்த் தொடர்ந்தால் புதுவித நாவல், சிறுகதை, உரைநடை இவை எல்லாம் அர்த்தம் புரிந்து படிப்பதோடு படைக்கவும் முடியும். எனக்கு இக்கவிதைக்குள் இருக்கும் மௌனம் முக்கியமாகிறது அல்லது தமிழச்சி ஓரிடத்தில் கூறுவதுபோல் 'நல்ல கவிதை முடிந்த பிறகு தொடங்குகிறது' என்ற கருத்து இக்கவிதையில் உள்ளது. கவிதை எதைச் சொல்லவில்லையோ அங்கே கவிதை இருக்கிறது. இப்படிச் சொல்லாத விஷயம் சொல்லப்படுகை என்பது அரசியல் தோன்றுமிடமாகும். அரசியல் என்பதைச் சொற்களிலும் சொற்சேர்க்கை ஆகும்போது அதன் உள்ளே வரும் மௌனத்திலும் அறியலாம். அரசியல் என்பது தேர்தலும் வாக்களித்தலும் மட்டுமல்ல. ஒரு கவிதை வரிகளைப் பாருங்கள்.

"அவங்கவங்க வீட்டுக்கு
அவரக்காய் சோத்துக்கு"

சொற்சேர்க்கை, நாட்டுப்புறம் உள்ளே இயங்கும் கவிஞரின் உலகைக் கொண்டு வருகிறது.

இன்னும் இரண்டு வரிகளைக் காட்டுகிறேன் :

'அறங்கூற்றாகும்
அவளுக்கு வெயில்'

பழந்தமிழ் நூல் வரிகளும் புதுமெருகு கூடிய வெயில் அனுபவமும் உள்ளுலகில் பல காலசேகரமாய் இருந்து , திடீரென குமிழியிடுகின்றன. இதோ ஒரு நான்குவரியில் முழுக்கவிதை.

'இறுக மூடப்பட்ட ஜன்னலின்
விளிம்பில்
வலியின் விகாரத்தோடு
மரணித்திருந்த முதியவளாய் மழை' (மஞ்சணத்தி தொகுப்பு)

நான், அந்த முதியவள் இவர் கவிதைகளில் அடிக்கடிவரும் வனப்பேச்சிதான் என்று இவரின் ஒரு நூலுக்கு முன்னுரை (மஞ்சணத்தி தொகுப்பு) எழுதியபோது குறிப்பிட்டேன். அதுபோல சுபத்ரா என்ற யானை வந்துபோன பிறகு மனதில் நெடுஞ்சாலையில் வனம் நடப்பதைக் கூறும் தமிழச்சி, மேலும் பல இடங்களில் வனத்தைக் குறிப்பிடுகிறார். 'இருள் கவிழ்ந்திருந்த அடர்வனத்தில் நான்; வனமுலை; இப்படி 'வனம்' என்ற கவிதையிலும் வனம் பரவிக் கிடக்கிறது. அதாவது நான் சொல்வது தமிழச்சி மொழி எனும் கனவுலகில் உள்ஆழத்திலிருந்து கவிதை புனையும்போது Prelinquistic levelல் செயல்படுகிறார். அங்கு சொற்கள், சொற்களற்ற வெளியாயும் பிம்பமாயும் மௌனமாயும் உருக்கொள்கின்றன. வனம் யானையாகிறது. வனப்பேச்சி ஜன்னலில் இருந்து வடியும் மழையாய் மரணமடையும் முதியவளாகிறாள். அதுவும் வலியின் விகாரமான முகத்தோடு.

புதுக்கவிதை ஒருவித Fragmentation மனநிலையின் வெளிப்பாடு என்பார்கள். ஆனால், பாரதிதாசனைப்போல் முழுமையிலிருந்து கவிதை எழுதுகிறார் தமிழச்சி. இந்த முழுமைதான் முக்கியம். முழுமைபற்றி, நவீன தமிழ்க்கவிதை பற்றி சர்ச்சிப்பவர்கள் விவாதித்து ஒரு முடிவுக்கு வரவேண்டும். எழுபது, எண்பதுகளில் தமிழ்க்கவிதை ஏன் பின்னமாதலை மேற்கொண்டது (Fragmentation)? பின்னமான பிரக்ஞை நகரப்பிரக்ஞை; ஒருவகை அடையாளமற்ற சென்னையின் பிரக்ஞை. எழுத்து பத்திரிகையில் ஆரம்பத்தில் கவிதை எழுதியவர்கள், மதக்குரலைக் (ந.பிச்சமூர்த்தி, தர்முசிவராமு (சிவன்) போன்றோர்) கொண்டு வந்தனர். மேலும், கொஞ்சம் டி.எஸ்.எலியட் தாக்கம் இருந்தது. (நவீனக் (Modernist) கவிதையில் மனம் பின்னமாக்கப்பட வேண்டும் என இந்திய மொழிகளில் ஆங்கிலத் துறையினர் ஒரு மாயையைக் கொண்டுவந்தனர். தமிழில் நல்ல காலம் ஆங்கிலத்துறையினர் இந்த அழிச்சாட்டியத்தைப் புரியவில்லை.) தமிழ்நவீனத்துவத்தில் புகுந்த மேல்சாதியினர் மதம், அத்வைதம், வைதீகத்தைப் புகுத்தினர். சி.மணி மட்டும். டி.எஸ். எலியட் படித்த சங்க இலக்கிய தர்க்க (Logical)அடிப்படை கொண்ட கவித்துவத்துக்குப் போனார்.

இப்போது இந்தப் பின்னணியில் தமிழச்சியை வைத்துப் பாருங்கள். நான் சொன்ன பாரதிதாசன் தமிழ்வேர் தேடும், சமயம் ஒதுக்கிய — வைதீகத் தமிழ் மரபு (பக்தி) ஒதுக்கிய — தமிழ்ப் பழமையிலிருந்து திடீரென முளைக்கும் பச்சைக் குருத்தாய்க்

கவிதையை எழுதுகிறார் என்பது புரியும். இவரைச் சூழ்ந்து நிற்கிற, போலி பஜனைக்காரர்களை விரட்டும் தைரியமுள்ளவர்களுக்கு இவருடைய Freshஆன கவிதை உலகத்தின் தமிழ்த்துவமும் தமிழ்த்தேசியமும் புரியும்.

பின்னப்பட்டுப் போன இன்னொரு புதுக்கவிதை மரபு ஒருபக்கம் இருக்கட்டும். அதுவேறு மரபு. அவ்வளவுதான். அவர்களும் இருக்கட்டும். தமிழச்சி, பாரதிதாசன் போல் கவித்துவத்தில் முழுமை மரபு. அதனை ஏற்பவர்கள்தான் தமிழச்சி புதுமரபைத் தனியாளாய் நின்று அமைப்பதைப் புரிந்துகொள்ள முடியும். இவரது கவிதையின் உள்மரபு பற்றிப் புரிந்துகொள்ள இந்தப் புரிதல் அவசியம் அல்லது இவர் கவிதைக்கு எங்கிருந்து வருகிறார் என்பது புரியாமல் போகும். புதுக்கவிதையை இவர் எழுதவில்லை என்று சிலர் கூறுவது உண்டு. அதுபோல் பாரதிதாசன் கவிஞரல்ல என்று பல புதுக்கவிஞர்கள் நினைக்கிறார்கள் என்று ஏற்கனவே சொன்னேன். இந்த இரண்டு தவறுகளும் முழுமைக்கவித்துவம் என்ற விஷயத்தைப் பற்றிய (Concept) அறிவின்மையால் வருவதாகும். இந்தவித விவாதம் வராத பட்சத்தில், நிஜமான நவீனக் கவிதையின் குணம் பற்றிய அறிவு தமிழ்ச்சூழலில் உள்ளது என்று நான் ஏற்றுக்கொள்ள மாட்டேன். பிற மொழிகளை ஒப்பிட்டால், நாம் இலக்கிய அறிவில் ஆரம்பக் கட்டத்தில்தான் இருக்கிறோம். தமிழ்ப் புதுக்கவிதை முழுமைக் கவித்துவத்திலிருந்தும் வரும்; பின்னமாகிப் போன மனநிலையிலிருந்தும் வரும் என்ற கோட்பாடு சரி. அதைத் தமிழச்சியின் கவிதைத்துறை எழுச்சி காட்டுகிறது. இது புதுக்கவிதையை மாற்றும் வரைவிலக்கணமாகும்.

அடுத்த கட்டத்திற்குப் போகலாம். முழுமைக்கவித்துவம் என்பது இயற்கை, மனிதன், விலங்கு, இன்றைய தொழில்நுட்பம், மனம், புறவெளி, காடு, கடல், நிலம் எல்லாம் சேர்க்கும் வல்லமை கொண்ட கவித்துவம். ஆத்மாநாமில் இயற்கை இருக்காது. ஆனால் முழுமைக்கவித்துவம் என்பது, எல்லையற்ற மொழிப்பாய்ச்சல். இயற்கை, கணினி சார்ந்த மென்பொருள் எல்லாம் உள்ளே வரும். இவருடைய 2007இல் வந்த தொகுப்பான வனப்பேச்சியில் வரும்

தனித்து வரும்,

ஒற்றை யானையின் கோபத்துடன் ('சேராதவள்')

என்ற இரண்டு வரிகளுக்கும் சுபத்ரா என்ற யானைக்கும் (இக்கவிதை 2011 தொகுப்பில் வந்தது) உள்மனமொழியில் தொடர்புள்ளது. அதாவது இவரின் ஆரம்பக் கவிதையும் பத்து, இருபதாண்டுகளுக்குப் பின் எழுதப்படும் கவிதையும் ஏதோ ஒரு தளத்தில் தொடர்பு கொண்டிருக்கும். முழுமைக் கவித்துவம் என்பது காவிய மன நிலை. 21ஆம் நூற்றாண்டில் காவிய மனநிலைக்கு வாய்ப்பில்லை என்று சில இலக்கியவாதிகள் கூறுவதுண்டு. தமிழில் வாய்ப்புண்டு. மொழியை அரசியலாக்கிய ஒரு மரபில் இது சாத்தியம். இதனை இன்னொரு உதாரணத்தின் மூலமும் சுட்டலாம். இது வனப்பேச்சி தொகுப்பிலிருந்து.

"... ... ஓய்ந்திருந்த மழை
விட்டுவிட்டுப் போயிருந்தது
பூட்டிய கதவின் கைப்பிடிமேல்
யுகங்களின் தாகம் தீர்த்த
ஒற்றைத் துளி ஒன்றை
நான் உயிர்த்திருக்க"

(ஏவாளின் துளி)

மேலே காட்டிய, ஜன்னல் விளிம்பில் வலியுடன் மூதாட்டி முகம் மழைத்துளியில் தெரிந்த காட்சி, இங்கு வேறுவிதமாய் வருவது உள்பெரும் மனஆழத்தில் கவிதை எனும் கொந்தளிப்பில் ஒரு integrated உலகப்பார்வை உள்ளதைக் காட்டுகிறது.

இது நவீன தொழில்நுட்பத்தையும் விட்டு வைக்காத ஒருங்கிணைவுப் பார்வை.

"இணையச் சேடிகள் இத்தனைபேர்
தலைமாட்டில் தவமிருந்தும்
இன்னும் உறங்குதியோ
மென்பொருள் மின்பாவாய்".

('அவளுக்கு வெயில் என்று....' தொகுப்பு)

பதினான்கு வரிகள் கொண்ட கவிதையின் கடைசி நான்கு வரிகளைக் கொடுத்து உள்ளேன். அதில் பீப் ஒலிகள், முத்த எச்சில், கருங்குதிரை, எல்லாம் உள்ளன. அத்துடன் பாவைப்பாடலின் ஓசையும் மென்பொருளும் கலக்கிற மொழித்தளம் மீதெழுகிறது. ஒரு Inclusiveness. அது அரசியல்தன்மைக்கு வழிவைத்து இன்றைய ஏகாதிபத்திய இந்தியாவுக்கு எதிரான சிறு பிராந்தியத்தின் எதிர்ப்பை உட்கொண்ட முழுமை வடிவம், முஸ்லிம், கிறிஸ்தவ, இந்துக்குரல்களை, காற்றில் பல குரல்கள் இணைவதுபோல் ஒரு கவிதையில் இணைக்கிறார்.

"நூருன்னிஸாவுக்கும் ஹெலனுக்கும்
இளஞ்சூடு மிளகுப் பொங்கலை
இந்தா என்று
அழுக்குக்கையோடு போய்க் கொடுக்கும்
அழகம்மாவும் கருவாச்சியும்
ஆண்டாளே தான்.

('அவளுக்கு வெயில் என்று...' தொகுப்பு)

இதுதான் இன்றைய இந்திய அடிப்படைவாதிகளை எதிர்க்கும் உச்சமான கவிதை. இது இவரது முழுமைக் கவித்துவத்தால் சாத்தியமாகியுள்ளது. வேறுபாடுகளற்ற உலகு ஒன்றைக் காணும் (கெட்ட போரிடும் உலகை வேரோடு சாய்ப்போம் — பாரதிதாசன்) கவித்துவம். சிறந்த இலக்கியம், 'ஓர் உலகு' என்ற தேச வரையறையற்ற லட்சியத்தைக் கனவு காண்பதாகும்.

கவிதையும் ஜனநாயக அரசியலும்- வனப்பேச்சி முன்மொழியும் குடிமை சமூக அரசியல்

ஜமாலன்

ஜனநாயக மற்றும் குடிமைச் சமூக அரசியல் குறித்து விரிவாகப் பேச வேண்டும். சுருக்கமாகவேனும், இரண்டிற்குமான தொடர்பையும், தற்போது உள்ள இந்திய அரசியல் சூழலில் அவற்றை எப்படிப் புரிந்துகொள்வது என்பதையும் சொல்லிக் கவிதைகளுக்குள் நுழையலாம்.

அம்பேத்கர் ஜனநாயக அரசியலான சமத்துவம் குறித்துக் கூறும்போது, இந்தியாவில் நிலவுவது படிநிலை சமத்துவம் என்கிறார். படிநிலை சமத்துவம் அம்பேத்கரின் மிகமுக்கியமான இந்திய அரசியல் சொல்லாடலுக்கான ஒரு கருத்தியல் பங்களிப்பு. அதாவது, இந்திய பிராமண மனுதர்ம வர்ணப்படிநிலையானது ஜனநாயகம், சமத்துவம் ஆகிய மேற்கத்திய கருத்தாக்கத்தை உள்வாங்கி, பழைய வகைப்பட்ட படிநிலையாகச் செயல்படுகிறது என்கிறார். ஒரு வர்ணத்தொகுப்பு, தனக்குக்கீழ் ஒரு வர்ணத்தொகுப்பை அடக்குவது. தனது வர்ணத்தொகுப்பிற்குள் சமத்துவம் ஜனநாயகத்தைப் பேணுவது. இது ஓர் அதிகாரப்படிநிலை. இதுதான் இந்தியாவில் செயல்படும், மிஷல் பூஃகோவின் வார்த்தையில் சொன்னால், ஆளுகைத் தொழில்நுட்பம் (governance technology). இந்தியாவில் ஜனநாயகம் என்பது ஒருவகை ஆளுகைத் தொழில்நுட்பமாக, படிநிலை சார்ந்த ஒன்றாக உள்ளது. அதனால் சமூகநீதியும், சமத்துவமும் அற்ற ஒரு ஜனநாயகமாக உள்ளது. ஜனநாயகம் என்பது உள்ளார்ந்த பண்பாக இல்லாமல், ஓர் அரசியல் உத்தியாக மட்டுமே உள்ளது.

அடுத்து இந்தியாவில் குடியாண்மைச்சமூகம் உள்ளதா என்ற கேள்வி முக்கியமானது. Civil Society என்ற கருத்தாக்கம் Civic என்பதிலிருந்து வருவது. Civic என்றால் நாகரிகம் என்று பொருள். இதைச்சரியாகப் புரிந்துகொள்ள ஓரியண்டலிஸம் முன்வைக்கும் அரசியலைப் புரிந்துகொள்ள வேண்டும். அதாவது குடியாண்மைச்

சமூகம் நாகரிகம் என்ற கருத்தாக்கத்தின்மேல் கட்டப்பட்டது. நாகரிகம் மேற்கத்தியம் முன்வைக்கும் ஒரு நுண்—அரசியல் அதிகாரம். அதன்வழியாக, நம்மை, நமது கீழ்த்திசை நாடுகளை நாகரிகமற்றதாகக் கட்டமைத்து, அதை நாகரிகப்படுத்தும் பெரிய அண்ணனாகக் கருதிக்கொள்கிறது மேற்கத்தியம் மற்றும் அமெரிக்க ஏகாதிபத்திய அரசுகள். ஆக, குடியாண்மைச் சமூகம் என்கிற 'சிவில் சொஸைட்டி' காலனியம் தந்த ஒரு சமூகக் குழுஅமைப்பு. அது மேற்கத்திய மாதிரியான நாகரிகம் மற்றும் பகுத்தறிவின்மேல் கட்டப்பட்டது. அடிப்படையில் இந்திய மக்கள் தொகுப்பானது பகுத்தறிவு சார்ந்த ஒன்றாக உள்ளதா என்கிற கேள்வி உள்ளது. பகுத்தறிவற்ற, மூடநம்பிக்கை கொண்ட சாமியார்களால் ஆளப்படப்போகும் தேசத்தில் இக்கேள்வி சாதாரணமாகக் கடந்து செல்லும் ஒன்றாக உள்ளது என்பதே இன்றைக்கான ஓர் அரசியல் அவலம்.

குடியாண்மைச் சமூகம் குறித்து அடவி என்ற இதழில் நான் நான்கைந்து கட்டுரைகள் எழுதியுள்ளேன். அதில் இப்பிரச்சினைகள் விரிவாக உரையாடப்பட்டுள்ளது. அதனால், சுருக்கமாக எனது தனிப்பட்ட கருத்து இந்தியாவில் இருப்பது குடியாண்மைச் சமூகம் அல்ல. மனுதர்மத்தால் கட்டமைக்கப்பட்ட மனுவாத சமூகம். இதனை மனுதர்ம சமூகம் என்று சுருக்கமாக அழைக்கலாம். இது ஒருவகை பகுத்தறிவற்ற, பழம் மதம்சார்ந்த பிராமணீய குழு அமைப்பை, பிற சாதியக் குழுக்களுக்குள் இறக்கிச் செயல்படும் ஒரு வர்ணப் படிநிலை அமைப்பு.

இங்கு ஜனநாயகம், சமத்துவம், சகோதரத்துவம், சுதந்திரம் உள்ளிட்ட குடியாண்மைச் சமூகத்திற்கான முதலாளிய முழக்கங்கள் அப்படியே இந்த வர்ணப் படிநிலைக்கு ஏற்ப உள்வாங்கப்பட்டு நடைமுறைப்படுத்தப்படுகிறது. அம்பேத்கர், பெரியார் ஆகியோருக்கு இந்த உள்ளோட்டப் பார்வை இருந்தது. அவர்கள் பிராமணர்களை ஓர் ஆதிக்க வர்க்கமாகவே கருதி தங்கள் கருத்தாக்கத்தை முன்வைத்துள்ளார்கள். பிராமணர்களுக்கு வர்க்கமும் சாதியும் ஒன்றே என்பதையும், இதுவரை மாறாத ஒற்றை மேல்நிலை அதிகார வர்ணமாகவே உள்ளனர் என்பதும் கவனத்தில் கொள்வது நலம்.

'எம்பயர்' (The Empire), 'மல்டிட்யுட்' (Maltitude) என்ற இந்நூற்றாண்டிற்கான முக்கியமான அரசியல் நூல்களை எழுதிய ஆண்டணியோ நக்ரி, மைக்கேல் ஹார்டட் போன்ற மார்க்சியர்கள் உலக அளவில் குடியாண்மைச் சமூகம் என்பது உலர்ந்து உதிர்ந்துகொண்டிருப்பதையும், தற்போதைய சமூகத்தைப் பின்னைய—குடியாண்மைச் சமூகம் (post-civil society) என்கிறார்கள். இந்தப் 'போஸ்ட் சிவில் சொசைட்டி'—யை இந்திய அரசியல் சூழலில் வைத்து நூல்கள் எழுதுகிறார் ஜவகர்லால் நேரு பல்கலைக்கழகப் பேராசிரியர் அஜய் கோடோவர்த்தி. எனவே

குடியாண்மைச் சமூகம் குறித்த அரசியலுக்குள் உள்ள சிக்கல்கள் தீவிரமான ஆய்விற்கு உரியவை. தற்போது இந்திய அரசியல் சூழலில் பெருகிவரும் இந்துத்துவ பாசிச அரசியலில், ஜனநாயம், சுதந்திரம் உள்ளிட்ட குடியாண்மைச் சமூக உணர்வுகள் குறைந்தபட்சமாக அனுமதிக்கப்பட்ட நிலைகூட முற்றாக மறுக்கப்படுகிறது. சற்று ஒருபடி மேலாகப்போய் அழிக்கப்படுகிறது.

ஆக, அழிக்கப்பட்டுக் கொண்டிருக்கும் ஜனநாயக அரசியல், குடியாண்மைச் சமூகம் உள்ளிட்ட கருத்தாக்கங்கள் குறித்து மிக விரிவாகப் பேச வேண்டும் என்பதைச் சொல்லி தமிழச்சி தங்கபாண்டியன் அவர்களின் கவிதைகளின் அரசியல் குறித்துத் தொடரலாம்.

“பிழையற்ற இலக்கணத்திலும்
பெருகி வரும் சந்தத்திலும்
ஒரு காலம்.
குறியீட்டு உத்திகளிலும்
நவீன, பின் நவீனப் புனைவுகளிலும்,
கட்டுடைத்தலிலும், ’இயங்’களிலும்
இக்காலம்

இதுதான் தமிழச்சி அவர்களின் “அவர்கால”—க் கவிதைச் சூழல் குறித்த வாக்குமூலம். தற்காலம் என்று சொல்லாமல் அவர்காலம் என்று குறிப்பதற்குக் காரணம், அவரவர் புரிதலில் உருவமைத்துக் கொள்ளும் கால—வெளி என்பதால்தான். இதில் உள்ள “கோட்பாட்டுக் காய்ச்சலை” விட்டுவிடலாம். முன்னுரையில் பிரம்மராஜன் படைப்பாளராக அதைக் குறித்துச் சிலாகித்துள்ளார். பொதுவாகக் கோட்பாட்டையும், திறனாய்வையும் புறக்கணிக்கும் படைப்புலக ஆன்மாக்களால் நிறைந்ததொரு உலகம் தமிழ் இலக்கிய உலகம். “அரசில் இலக்கியம்” அற்ற ஒரு சமூகத்தில் “இலக்கிய அரசியலே” கோலோச்சும். அதனால் இலக்கியத்தையே அரசியலாக வாசிக்க வேண்டிய ஒரு சூழலே உள்ளது என்பதை இங்குப் பதிய வைக்க விரும்புகிறேன்.

நடக்கின்ற திருவிழாவில்
நல்லவேளை வழிதவறிப் போய்விட்டது
என் கவிதை,
உடைகளற்ற குழந்தைமையென. (வன.பக்.25)

தமிழச்சி அவர்களின் கவிதை, திருவிழாவில் காணாமல்போன உடைகளற்ற குழந்தைமை. உடைகளற்ற குழந்தையா? குழந்தைமையா? என்கிற இலக்கணம் சார்ந்த அல்லது கருத்தியல் (concept) சார்ந்த கேள்வி உள்ளது. உடைகளற்ற குழந்தை சாத்தியம், அதைக் குழந்தைமை என்று ஏன் எழுதுகிறார் என்று யோசித்தால், அவரது கவிதைகளின் அடிப்படை குறித்த ஒரு சட்டகம் கிடைக்கும்.

பொதுவாக குழந்தைமையின்மீது அவருக்கு ஒரு பேரேக்கம் அவரது கவிதை நெடுகிலும் உள்ளது. அப் பேரேக்கத்தின் ஒரு வெளிப்பாடே அவரது கவிதையின் 'நோஸ்ட்டாலஜிக்' தன்மை. இடைவெட்டாக நினைவிற்கு வருவது கிரேக்க இலக்கியம் குறித்து கார்ல் மார்க்ஸ் குறிப்பிடும்போது, அவை இன்றும் வாசிக்க இனிமையாக இருப்பதற்குக் காரணம், இலக்கியத்தின் குழந்தைமையில் உருவானவை என்பதே. இலக்கியம் என்பதை மனிதகுல வளர்ச்சியோடு கருதும்போது, இலக்கியத்தின் குழந்தைப்பருவத்தில் உருவானவை அவை என்கிறார். இந்தியாவில்கூட மகாபாரதம், ராமாயணம் போன்றவை நமக்கு ஏற்படுத்தும் வாசிப்பு பரவசம் என்பது, அதன் இந்திய இலக்கியப் பிரதியாக்கத்தின் குழந்தைப்பருவத்தில் உருவானவை என்பதால்தான். ஆக, குழந்தைமை என்பது ஒரு பண்புநிலையே தவிர, பழமை ஏக்கம் அல்ல.

'நோஸ்டால்ஜி' என்பது ஒரு பின்நவீனம் சார்ந்த உணர்வு என்கிறார் மார்க்சியரும், பின்நவீனக் கோட்பாட்டாளருமான பிரடரிக் ஜேம்சன். அது கடந்த காலம் பற்றிய ஒரு கூட்டு மனநிலையின் வேட்கை என்றும், அது தனது கடந்தகாலத்தை மறுஉருவாக்கம் செய்வதன்வழியாக வரலாற்றில் இடையீடு செய்யும் ஒரு அரசியல் செயல்பாடு என்கிறார். தமிழச்சியின் கவிதைகளில் உள்ள அவரது கடந்த காலம் பற்றிய ஏக்கம் நகர்மயமாகிவிட்ட தன்னிலையின் ஒரு கூட்டுநினைவாக வெளிப்படுவது. அதன் ஓர் குறியீட்டு வடிவமே வனப்பேச்சி என்கிற கிராமதேவதை. வனப்பேச்சியைச் சிறுதெய்வம் என்பதைவிட சிறுவாரி—தெய்வம் (minor god) என்பதே சரியானது. அது சிறு தெய்வம் மட்டுமல்ல, சிறுபான்மை அல்லது சிறுவாரியான மக்களைப் பிரதிநிதித்துவம் செய்யும் ஒரு கடவுளும்கூட. சிறு என்ற சொல் little என்ற சொல்லாக பாவிக்கப்பட்டு, குறைவானதொரு, அடக்கப்பட்ட, ஒடுக்கப்பட்ட பொருளைத் தருவதாக உள்ளது. சிறுவாரி என்பது minor என்ற கருத்தோடு உறவு கொண்டது. அதாவது major என்கிற பெருவாரியான கருத்தாக்கத்திற்கு எதிரானது. தமிழச்சியின் கவிதைகளில் வெளிப்படும் வனப்பேச்சி பெருவாரியான கடவுளுக்கு எதிரான சிறுவாரி இறையின் குறியீடு. இந்த வனப்பேச்சியின் குரல் ஓரமைவாக்க பெருந்தெய்வங்களைக் கட்டுடைக்கும், சிறுவாரியின் குரலாக வெளிப்படுவது. சிறுவாரியாக விளிம்பிற்குத் தள்ளப்பட்ட கிராமப்புலத்தின், ஒடுக்கப்பட்டவர்களின் குரலாக வெளிப்படுவது.

"சர்வதேச அங்கீகாரத்துக்காக என் பிராந்தியத்தன்மையைக் காவுகொடுக்க வேண்டியதில்லை. எனக்கான மொழியில் எனக்கான விஷயங்களை எழுதுகிறேன். இயல்பான உணர்வோடு புனைவும் கலந்து வரும்போது படைப்பு வெகுநேர்த்தியாக அழகாகிறது. பிறமொழி இலக்கியங்களிலும் (குறிப்பாக ஆங்கிலம்), தத்துவங்களிலும், கோட்பாடுகளிலும் தீவிர ஈடுபாடும், விருப்பமும்,

சிறிதளவு அறிமுகமும் உள்ள நான், முழுக்க எனது கவிதைகளில் ‘சர்வதேசியத்திற்கு’ எதிராக அல்லது மாற்றாக எனது நிலம் சார்ந்த அடையாளங்களை முன்வைப்பது என்பது ஒரு பின்நவீனத்துவ செயல்பாடுதான்.” — குங்குமம் தோழியில் தமிழச்சி தங்கபாண்டியன் நேர்காணலில் சொன்னது.

அதாவது, தனது நிலம் சார்ந்த அடையாளங்களை அவர் முன்வைக்கவில்லை, ஓர் இறந்தகால எச்சமாக பதிவதன்மூலம், அதை ஒரு கண்காட்சிக் கூடமாக (ம்யூசியம்) மாற்றுகிறார். இழந்த நிலம் இனிப் பிரதியாக்கம் வழியாக உயிர்ப்புடன் காட்சிப்படுத்தப்படுகிறது.

அவரது கவிதைகளின் அடுத்த பரிமாணம், நகரத்தால் நெருக்கப்பட்ட நவீனத்துவத்தின் மனச்சிதறல் கண்டடையும் ஒரு கிராமியப் பேராண்மையாகக் கவிதை வெளிப்படுவது. அதனால், நகரம் ஒரு சுதந்திரமற்ற வெளியாகவும், கிராமம் ஒரு சுதந்திர வெளியாகவும் இவரது கவிதைகளில் வெளிப்பாடு கொள்கிறது. இது ஒரு முரண். காரணம், நகரம் என்பது நவீனத்துவத்தின்படி ஒரு சுதந்திரவெளியாக இருக்க வேண்டும். யதார்த்தத்தில் அப்படி இல்லையா அல்லது சுதந்திரம் என்கிற கருத்தாக்கத்தின் அரசியல் மாறியுள்ளதா என்கிற கேள்வி உள்ளது. இது திராவிடம் உருவாக்கிய ஒரு புதியவகை நவீனத்துவத்தின் தகவமைப்பு அரசியலாக வெளிப்படுகிறது. அதாவது புதுப்பழமை அல்லது பழம்புதுமை என்பதான ஓர் அரசியல் வெளியாக அமைவுற்றுள்ளது.

தமிழச்சி தங்கபாண்டியன் கவிதைகளில் நேரடி அரசியல் சார்ந்த பல கவிதைகள் உள்ளன. அவை இன்றைய சமூகத்தில் நிகழ்ந்த கொடுமைகளைப்பற்றிப் பேசுகின்றன. அப்பதிவுகள் இன்றைய அரசியல் உருவாக்கிய அவலத்தைச் சொல்கிறது. குறிப்பாக நிர்பயா, சங்கீதா, அமிர் காஷ்மின் அல் ஜனபி, குடந்தையில் தீயில் கருகிய சிறுமிகள், செஞ்சோலை,வெள்ளை உடை போர்த்தி எடுத்துச் செல்லப்பட்ட ஈழப் போராளிகள் ஆகியோர் பற்றியவை. இவ்வகை அரசியல் கவிதைகளைத்தாண்டி இவரது கவிதைகளில் உள்ளார்ந்துள்ள அல்லது உள்ளுறையாகப் பேசப்படும் அரசியலே இங்கு நான் கவனப்படுத்த விழைகிறேன் (“உள்ளுறை என்பது புதைபொருள். சொற்களின் செம்பொருளன்றிக் ‘கூற்றினகத் தடங்கிநின்று உய்த்துணரத் தோன்றும் மறைபொருளை உள்ளுறை” என்கிறார் சோமசுந்தரபாரதியார் தனது தொல்காப்பியப் புத்துரையில்).

தமிழச்சி தங்கபாண்டியன் கவிதைகளில் உள்ளுறைந்துள்ள அரசியல்களை வகைப்படுத்தினால்...

1. உலகமயத்தில் இவரது கவிதைகள் ஒரு ’லோக்கலைஸ்ட்’ அதாவது விளிம்பிற்குத் தள்ளப்பட்ட ஒரு பிரதேசத்தின் குரலாக ஒலிக்கிறது. நவீனத்துவ முதலாளிய பொருள் உற்பத்திமுறை நகரத்திற்குள் ஒரு கிராமமாகச் சேரிகளை உருவாக்கியுள்ளது.

(இந்தச் சேரிகளைத் தமிழ் சினிமாவுடன் ஒப்பிட்டு ஆசிஸ் நந்தி ஒரு கட்டுரை எழுதியுள்ளார். எப்படி சினிமா சேரிகளை ஒரு தன்னிலையாக்கப் பிரதேசமாக அறிமுகப்படுத்தியது என்று). இவரது கவிதைகள் கிராமங்கள், சென்னை சேரிகள் இரண்டையும் பாடுபொருளாகக் கொள்கிறது. கிராமிய வனப்பேச்சி என்ற சக்தி வாய்ந்த பெண் பிம்பம் சென்னை சேரிகளில் பேச்சி என்கிற பெண் பிம்பமாக மாற்றமுறுவதே அவரது "அவளுக்கு வெயில் என்று பெயர்" தொகுப்பு. அதில் வேறுபல கவிதைகள் இருந்தாலும் ஒரு மைய பிம்பமாக இருப்பதை மட்டுமே இங்குக் குறிப்பிடுகிறேன். "ஜிகினாப்பொட்டும் சில வசவுகளும்" (அவ.பக்.90) என்ற கவிதை, கிராமிய வனப்பேச்சி, நகரிய பேச்சியாகி சேரிகளில் தன்னை இடப்படுத்திக் கொள்வதைக் காட்சிப்படுத்துகிறது.

2. குடிமைச் சமூகம் ஒரு நுகர்வுச் சமூகமாக இருப்பதை இவரது கவிதைகள் பகடியாக எதிர்கொள்கிறது.

"மார்கழித் திங்கள் மதிநிறைந்த நன்னாளில்
குறுஞ்செய்திகளில் எழுப்புகிறார்கள் தோழிகள்!"

இக் கவிதைகளில் முக்கியமானதொரு பிம்பம் ஆண்டாள். அவரிடமிருந்து பெண்ணாக நின்ற தனிமை மற்றும் அதை இட்டு நிரப்பும் புனிதக்காதல் என்பதை மையக் கவிப்புலமாக எடுத்துக்கொண்டுள்ளது. "மென்பொருள் மின்பாவாய்" கவிதையில் ஆண்டாளின் தோழிகள் இணையச்சேடிகளாக மாறிவிடுகிறார்கள். இக்கவிதைகளில் மதச்சார்பின்மை என்கிற ஜனநாயக அரசியல்வெளி குறித்த பதிவுகள் முக்கியமானவை. அவை இன்றைய அரசியல் சூழலில் காணாமல் போனதின் எச்சமாக உள்ளது இவரது பல கவிதைகள்.

3. "எல்லாம் விலை குறித்தனவே" என்ற நிலைக்கு எதிராக "think locally act globally" என்பதாக வெளிப்படுகிறது. அதாவது நவீன மொழியில் சொன்னால் golocal (global + local) என்ற புதியவகை அரசியல் சார்ந்த ஒரு குரல் இக்கவிதைகளின் உள்ளோட்டமாக உள்ளது. "think locally act globally" என்பதைச் சற்று சுருக்கமாகவேனும் புரிந்துகொள்ள வேண்டும். நாம் பயன்படுத்தும் ஒவ்வொன்றும் உலகில் மாற்றத்தை உருவாக்கும் என்று சிந்திப்பது. அதாவது தமிழச்சி கவிதைகளில் வரும் ஒருவகை வள்ளலார்வகைக் கருணை அடிப்படையில், நம்மைச் சூழ்ந்துள்ளது ஓர் உயிர்ப்புள்ள சூழல் என்ற எண்ணம் வேண்டும். நாம் வைப்பது ஒரு சிறு செடி என்றாலும், அது உலகின் ஆற்றல் உற்பத்திக்கு பங்களிக்கிறது என்கிற எண்ணம் அவசியம். அறிவியல் அடிப்படைகளில் ஒன்றான ஆற்றல் மாறாக் கோட்பாடு (conservation of energy), பிரபஞ்சத்தின் மொத்த ஆற்றல் மாறாதது. ஓர் ஆற்றல் மற்றோர் ஆற்றலாக மாறலாம் என்கிறது. ஆக, பிரபஞ்சமே ஆற்றல்களால் கட்டப்பட்ட ஒரு வெளிதான். ஓரிடத்தில் அழிக்கப்படும் ஆற்றல் மற்றொரு வடிவில்,

வேறோரு விளைவை உருவாக்கும். அணு ஆற்றல் அணுக்கழிவை உருவாக்குவதைப்போல.

அடுத்து, இயற்கை X செயற்கை என்கிற முரண் திட்டமிட்டு 17ஆம் நூற்றாண்டிற்குப் பிறகு உலகெங்கிலும் காலனியத்தால் கட்டப்பட்டது. இன்று நாம் இயற்கை என்று சொல்வது கடந்த 300 ஆண்டுகளாகக் கண்டுபிடித்து நமக்குத் தரப்பட்ட ஒன்றைத்தான். மனிதனை இயற்கையிலிருந்து பிரித்து, இயற்கையை ஒரு நுகர்வுப் புலமாக மாற்ற உருவான ஓர் அரசியல் அது. தமிழ்மரபு இயற்கை மரபு. அதிலிருந்து கிளைப்பதே நமது படைப்புகள் என்பதைப் புரிந்துகொள்வது அவசியம். தமிழச்சியின் கவிதைக்குள் உள்ள இந்த இயற்கை சார்ந்த தமிழ் மரபு முக்கியமானது. நமது செயல் நம் சூழல் சார்ந்தது என்றாலும், அது புவியின் மொத்த மாற்றத்துடன் உறவு கொண்டது என்பதைச் சிந்தித்துச் செயல்படுபவரே குலோக்கல். (அமேசான் காடுகள் எரிந்துகொண்டுள்ளன? அது ஏற்படுத்தப் போகும் புவிசார் சூழல் சிக்கல்கள் அதிகம். எனது ஊர் நீர் மேகமாகி வேறு ஒரு நிலப்பரப்பில் மழையாகப் பொழியலாம் என்கிற மனோபாவம்). தமிழச்சியின் இக்கவிதைகளில் இந்த குலோக்கல் தன்மை வெளிப்படுகிறது. இது ஒரு முக்கியமான அரசியல் விழிப்புணர்வு சார்ந்த ஒன்று.

4. இவரது கவிதைகள் டெல்யுஸ் கட்டாரியின் மொழியில் சொன்னால் — ஓர் உடலைக் கிராமத்திலிருந்து எல்லைநீக்கம் (de-territorialize) செய்யப்பட்டு, நகரத்திற்கு மறு—எல்லையாக்கத்திற்கு (re-territorialize) உட்படுத்துதலில் உள்ள உளவியல் சிக்கலைப் பதிய வைப்பவை. ஆனால் மேற்பரப்பில் இக்கவிதைகள் காதல், கிராம வாழ்வு, இயற்கை அழகியல் சார்ந்து பேசினாலும், ஓர் உளவியல் தளமாற்றத்திற்கான ஒரு பதிவைத் தரக்கூடியவையாக வாசிக்க முடியும்.

5. தன்னிலை இடப்பெயர்வு (Subjectivity shifting) —நிலவுடைமைசார் உறவுகளால் உருவான கிராமியத் தன்னிலை, நவீனத்துவம் முன்வைக்கும் நகர்சார் தன்னிலையாக மாறும்போது ஏற்படும் இழப்பும், ஏற்பும் கவிதைகளின் உள்தளமாக அமைவுற்று, நகரங்களில் அமர்ந்துகொண்டு கிராமங்களைக் காதலிப்பது என்கிற இருமைத்துவத்தை வெளிப்படுத்துபவையாக உள்ளன. அகம் கிராமமாகவும், புறம் நகரமாகவும் அமைவுற்று அதன் மொழிதல் வினைகளாகக் கவிதை வெளிப்பாடு கொள்கிறது.

6. கிராமியத் தன்னிலை நகரத்திற்குள் இடப்படுத்துதல். அதாவது நகரில் உரையாடல் சாத்தியமற்றிருக்கிறது. கேட்பாரற்று வளர்ந்த கிராமத் தோட்டச் செடிகள் நகர்ப்புறத் தொட்டிச் செடிகளாவதில் உள்ள தகவமைப்புச் சிக்கல் இது. ஓயாமல் பேசும் கிராமியத் தன்னிலை, நகரத்திற்குள் பேச்சு ஒடுக்கப்பட்டு மௌனமே பேச்சாக மாறும் ஒருவகை நிகழ்வுகளின் மனப்பதிவாக வெளிப்படுவது. நகரம்

உருவாக்கும் கிராமியத் தன்னிலைக்குள்ளான உறைந்த மௌனத்தின் முணுமுணுப்பாகக் கவிதைகள் வடிவம் கொள்கிறது. வன., பக்.73 "விழல் நீர்" என்ற கவிதை — உரையாடல் விழல்நீராக, பயனற்றதாக மாறுதலைக் காட்சிப்படுத்துகிறது. அதாவது 'பேசும் தன்னிலை', 'கேட்கும் தன்னிலையாக' மாறுவதும், பேச்சு என்பது விழலுக்கு இறைத்த நீராக வீணாவதுமான ஒரு படிமம் உருவாக்கப்படுகிறது. கவிக்குரலின் பேச்சை

"கழுகொன்று தவறவிட்ட
உணவின் எச்சமென

நீ அதற்கு முற்றுப்புள்ளி வைக்கிறாய்" என்கிறது.

7. மரணம்கூட நகரின் அடுக்குமாடியில் அடையாளமற்ற ஒன்றாக மாறுவது. வன.பக். 46 "யாசிப்பு" என்ற கவிதை.

"மலர்வளையங்கள், மாலைகள்
மிக நீண்ட வரிசையில் ஆட்கள்
ஒலியெழுப்பாத காலடித்தடங்கள்
அம்மரணம் கர்வமிழந்து தயங்கி கையேந்துகிறது
எதற்கு?
"வெடிக்கும் ஒரு கேவலுக்குமாயும்,
இரு துளி கண்ணீருக்காகவும்"

அடுக்குமாடி மரணத்தை இத்தனை நுட்பமாகவும், மரணம் என்பதன் ஆழ்ந்த பொருள் நகரத்தால் நீர்த்திருப்பதையும் பதியவைக்கிறது இக்கவிதை. மரணம் மதிப்பற்றதாக, மரணித்த உடலே கையேந்தும் ஒரு நிலை நகரத்தின் மத்தியதரவர்க்க வாழ்வில் உருவாக்கப்படுகிறது.

8. கிராமிய உணர்வுகள் — நகரத்தின் அறிவார்ந்த தளத்தில் நொறுங்குதல் — எண்மருவுதல் (digitalization) உருவாக்கும் சிக்கல். மனிதர்களைத் தொடுவதைவிட தொடுதிரையைத்தொடும் நேரங்களே அதிகமாகிவிட்ட ஒரு நிலை. (இரண்டு நாட்களுக்கு முன்பு ஆங்கில அகராதியில் இணைப்பதற்கான ஒரு புதிய வார்த்தையைப் பார்க்க நேர்ந்தது. அது Textlationship - Textual Relatioship (new text sms whatsapp relations). முன்பின் பார்த்திராத, தொடாமல் உருவாகும் புதிய உறவைக் குறிக்கும் சொல். தற்கால உறவுகள் பரிணாமம் அடைந்துள்ள நிலை இது.)

வன.பக். 64 "தீராதவள்", வன.பக்.81 "இன்மையின் திரி" இப்படி நிறைய காதல் சார்ந்த கவிதைகள்கூட ஒரு பிரிவுத்துயர் வழியாகவே நகர்கிறது. உண்மையில் இந்தப் பிரிவுத்துயர் காதல் பிரிவின் வடிவில் மடைமாற்றப்பட்ட கிராமத்தின் தனது நிலத்தின் பிரிவுதான்.

"உணர் படகின் சமன்குலைக்கும்
நம் உள் வெற்றிடத்தின்
எடையை ஏறுமுன்
எங்கு இறக்கி வைக்க?"

உள்வெற்றிடம் அதன் எடை இது ஒரு முரண் அழகியலைக்கொண்டது. நகரில் இடப்படுத்த முனையும் தன்னிலையைக் காதல் என்ற, அன்பு என்ற உத்தியைப் பயன்படுத்தி மொழி நிகழ்த்தும் ஓர் உளவியல் விளையாட்டாகவும் இதை வாசிக்கலாம்.("நீ திமிர்த்திருக்கையில்" அவரது புதியதொரு வார்த்தைச் சேர்க்கையாக, எதிர்த் தன்னிலையின் திமிர்த்தன்மையைக் குறிப்பதான சொல்லாக்கமாக வெளிப்பட்டுள்ளது).

9. நவீனத்துவத்தின் ஜனநாயகத்தை அரசியல் தளத்தில் முன்வைக்கும் திராவிடத்திற்குள் கிராமிய விடுதலை உணர்வை இடப்படுத்துதலில் உள்ள முரண் இயங்கியல் சிக்கலை வாசிப்பதற்கான மொழிக்குறிகளைக் கொண்டுள்ளது. அதாவது நவீனத்துவப் பிரதிநிதியாக உருவான பகுத்தறிவுசார் திராவிடம், கிராமிய அழகியலைத் தனது உள்தளமாகக் கொண்டிருப்பதில் உள்ள பழமை நவீனம் என்கிற முரண் சிக்கலின் அறிகுறிகளைக் கொண்டதாக இவரது கவிதைகளின் பொதுச் சட்டகமாகக் கொள்ளலாம்.

10. கிராமிய சிறுவாரி—தெய்வ வழிபாட்டை முன்வைக்கும் குரல்வழியாக, பெருவாரி—தெய்வத்தை எல்லைநீக்கம் செய்வது — குறிப்பாக ஆண்டாள் திருப்பாவையைச் சிறுமிகள் விளையாட்டாகப் பாவிக்கும் கவிதைப் பிரதி "செல்—சிறுமீர்காள்" (அவ.பக்.35—37).

ஆக, வனப்பேச்சி என்பதை மேற்கண்ட "குலோக்கல்" தன்னிலையின் ஒரு குறியீடாக வைத்து இக்கவிதைகளை வாசித்துப் பார்க்கும்போது அதன் உள்ளார்ந்துள்ள அரசியல் ஒருவகை உலகமய எதிர்ப்பும், உள்ளூர் தன்னிலையை உலகமயமாக்க முனைவதுமான குரலாக இருப்பதை இக் கவிதைகளின் அரசியலாகத் தடம்காண முடிகிறது. வனப்பேச்சி' தொகுப்பில் வரும் வனப்பேச்சி — 'அவளுக்கு வெயில் என்று பெயர்' தொகுப்பில் பேச்சியாகப் பரிணாமமும், பரிமாணமும் அடைகிறார். கிராமத்து சுருக்குப்பை வனதேவதை நகரத்து டம்பப்பையை ஏற்கும் பேச்சியாக வெளிப்படுகிறார். நகரத்தால் அவள் இழந்த வனம் என்பதே பாடுபொருளின் மைய அச்சு.

இம்மைய அச்சு ஓர் அணிக்கோவையை உருவாக்குகிறது

இயற்கை X செயற்கை — அடிப்படையான மூலமுரண் கவிதையின் ஆழ்சட்டகம் — அல்லது இக்கவிதைகளின் எடுத்துரைப்பிற்கான அணிக்கோவையைக் கட்டமைக்கிறது, அதாவது poetic matrix, ஒரு கவிதை உருவாக்கத்திற்காக மொழிப்பின்னலில் அமையும் எதிர்மைகளின் சட்டகம். இச்சட்டகம் கவிதைக்குள் பல்வேறு முரண்களை அடுத்தடுத்துக் கட்டமைத்து வெவ்வேறு தளத்திலான கவிதைகளாக அவற்றை மொழியச் செய்கிறது (தமிழவனின் ஆண்டாள் கவிதை பற்றிய கட்டுரையில் ஆண்டாளின்

திருப்பாவையில் உடல் பாடல் என்கிற முரண்தளம் எப்படி கட்டமைந்துள்ளது என்பதை அகழ்ந்திருப்பார். வாய்ப்புள்ளவர்கள் அதை வாசித்துப் பார்த்தால் இது புரியும்.)

இவரது கவிதைகளின் மூலமுரணாக நாம் வாசித்த இயற்கை X செயற்கை, ஓர் கிராமப்புறம் X நகர்ப்புறம் (கிராமம் Xநகரம் முரணல்ல) என்பதாக வளர்கிறது. இதன் ஒரு உருவகத் தொடர்ச்சியாகத் தோட்டச் செடிகள் X தொட்டிச் செடிகள் என்ற வடிவாகக் கவிதைகளில் வெளிப்படுகிறது."இருப்பு"(வன.பக்.69) சமூகமொழியில் பேச்சு X மௌனம் என்பதாக அந்த முரண் அடுத்த கட்டத்தை அடைகிறது "தீராதவள்" (வன.பக்.64). அதன் காதல் வடிவில் ஆண்—உணர்வாக X பெண்—அறிவாக (மாற்றப்பட்ட மேட்ரிக்ஸ்)."இன்மையின் திரி"(வன.பக்.81) இக்கவிதையில் வழக்கத்திற்கு மாறாக ஆண் இறைஞ்சுகிறான், பெண் தர்க்கிக்கிறாள். உணர்வு அறிவாகவும், அறிவு உணர்வாகவும் மாற்றமுறுகிறது. இந்த எதிர்க் கதையாடல் கவிதைசொல்லியின் வெளியைப் பாதிக்கிறது. அதுவே, வெளிக்குறுக்கம் X வெளிவிரிவு என்பதாக. "காம்பு" (வன.பக்.85) என்ற கவிதையில் வீடு மறுவரையறை செய்யப்படுகிறது. கிராமியத் திறந்த வீடு என்பது நகரத்தின் மூடுண்ட அமைப்பாக மாறுகிறது.இன்றைய கண்காணிப்பும், கட்டுப்படுத்தலும் நிறைந்த சமூகத்தில் வீடு என்பது நமது எல்லைகள் அல்ல. எல்லோரும் இணைய நெடுஞ்சாலையில் இணைக்கப்பட்டுவிட்டோம். ஆனாலும், நகரம் பூட்டுகள் வழியாக, அடுக்குமாடிகளால் இந்த வெளிக்குறுக்கத்தை உருவாக்குகிறது.

இப்படியாக, இம்முரண்கள் படிப்படியாக வளர்ந்து இயற்கை சார்ந்த மழை X வெயில் என்ற முரணாக வெளிப்படுகிறது(வன.பக்.101—106, 113—118). 'அவளுக்கு வெயில் என்று பெயர்' தொகுப்பிலும் வெயில் மழை பற்றிய கவிதைகள் உள்ளன. இதன் அடுத்த கட்டத்தில் மழையும், வெயிலும், கூட்டிணைவு X தனிமை என்பதான வேட்கைப்பாய்வு முரண்களாகத் தளமாற்றம் உருவாகிறது. அதன் அடுத்த இறுதி வெளிப்பாடாக பாலியல் எழுச்சியும் X பாலியல் விகசிப்பும் என்கிற உணர்வுகளாக கவிதைகளில் படிகிறது. "புழுக்கை" (அவ.பக்.63) இக்கவிதை வலிமையாகப் பாலியல், ஒரு தேவையற்ற, பொருட்படுத்த முடியாத புழுக்கையாக அவளுக்குத் தென்படுவதைப் பதிகிறது. உள்ளார்ந்து கிளரும் வேட்கை எந்திரம் உரசும் பகுதிகள் இதில் பேசப்படுகிறது. இக் கவிதைகளின் மொழிக்குறிகளில் — சுருக்குப் பையிலிருந்து, டம்பப் பைக்கு மாறுதல், பைகள் ஒரு வலிமையான மூன்று குறியீடாகியுள்ளது. ஒன்று, அவை விலங்கின் தோல்கள் (கங்காரு, மாடு இப்படி). இரண்டு, நாகரிக வளர்ச்சியின் பகடி. மூன்றாவது, வேட்கைகள் உள்ளடக்கப்படும் பைகள் (ஆணுறை எட்டிப்பார்க்கும் பை) இப்படியாக.

இக்கவிதைகளுக்கான இம் முரண் அணிக்கோவை இயற்கை செயற்கை என்கிற சூழல் சார்ந்த மைய முரணைக் கூட்டிணைவு தனிமை என்கிற உடலின் உணர்வாக வடிவமைக்கிறது. கவிக்குரல்

ஒரு தனிக்குரலாக கவிதைகள் நெடுகிலும் படிந்து, அதன் ஏக்கத்தை வெளிப்படுத்தும் பல்வேறு படிமங்களாக வெளிப்பாடு கொள்கிறது.

மேற்கண்ட பொதுப்பார்வைக்கு அப்பால் கிளைக்கும், அவரது சில கவிதைகள் குறித்த குறிப்பான வாசிப்புடன் முடிக்கலாம்.

பாயிரம் குறித்துக் கூறும்போது அறிஞர்கள் நூலில் பாயும் பொருளைக் கூறுவது என்கிறார்கள். சிறப்புப் பாயிரம் என்பதில் இடம், காலம், பிரதியாக்கம் குறித்து முன்னுரைத்தல். 'அவளுக்கு வெயில் என்று பெயர்' தொகுப்பின் முதல்கவிதையில் *(பக்.31)* பாயிரம் போன்றதொரு குறிப்பு மொழியில், நூலின் கவிதைப்புலம் சுட்டப்படுகிறது. கவிதைக்கான புலம் "உள்ளங்கை வானம்", கவிதைக்கான காலம் "உயிர்ப்பும், நொடியும்", பிரதிக்கான வெளி "ஒரு காற்புள்ளிக்கும் குறைவான இடம்", கவிதைக்குரல் "காட்டுச் சிறுக்கி". இது பாயிரம் போன்று அவரது கவிதையின் ஓர் இயங்குதளப் பரிமாணத்தை, வெளிக்காலத்தை (time-space) குறிப்பாய் உணர்த்துவதாக உள்ளது.

சங்க கவிதைகளுக்கான அமைப்புகளைக்கொண்டு, அவற்றை நவீனச்சூழலில் எழுதிப்பார்க்கும் ஒரு கவிதை "புழங்கு நீர்" *(அவ.பக்.65)*. பாலை நிலத்தின் நிலமும், பொழுதுமாக, திணைதிரிந்துவிட்ட காதலின் பிரிவுத்துயரை விவரிக்கும் இயற்கை வருணனைகளுடன் துவங்கும் கவிதையில் வரும் வரி "புழங்குநீர் போல செப்பாக் காமம் உடுத்தி நடக்கிறாள்", இதில் உடுத்தி என்ற சொல் தரும் படிம—உணர்ச்சி முக்கியமானது. "கடக்கவியலாப் பெருந்துயர் சாற்றும் பனை விசிறி ஒன்று அலர் தூற்றுகிறது அவள் கைகளில்!" அலர் தூற்றுதல் என்பது சங்கமரபில் வரும் ஒன்று. இன்று சாதியம் உருவாக்கிய காதல் உணர்வை "நாடகக் காதல்" என்று அலர்தூற்றி அலரும் அரசியலில், இக்கவிதையின் தலைவியான பேச்சியின் காத்திருப்பு "பொருள் வயிற் பிரிந்துசென்ற கனவான்களுக்கல்ல — அருவாக் கருப்பன்களுக்கானது அக்காடு" என்று முடிகிறது. இக்கவிதை பல்வேறு பெண்சார்ந்து வேட்கை குறித்த பரிமாணங்களை வெளிப்படுத்துவதாக உள்ளது. கவிதை சித்தரிக்கும் காட்சிகள் முழுக்க வேட்கையின் தாபம் படர்ந்த ஒரு வெளியைக் காட்சிப்படுத்துகிறது. ஒருவகை காம—வெளி கவிதைக்குள் முணுமுணுக்க, காதல்—வெளி அரற்றுகிறது. பிரிவின் பாலைத்துயரால். சங்கப்பாடல்களில் குறிப்பாக அகத்திணைப்பாடல்களில், முதல் பொருள் உருவாக்கும் வெளியில், கருப்பொருள்கள் காட்சிகளின் பின்னரங்காக மாற, உரிப்பொருள் கவித்துவ உணர்த்தலாக மாறும் சங்க—அகப்பாக்களின் ஒரு கவித்துவ உத்தி கையாளப்படுகிறது. பல இடங்களில் சங்கப்பாடல்களைப் பகடியாக வெளிப்படுத்தும் கவிதைகளையும் தமிழச்சி அவர்கள் எழுதிப் பார்த்துள்ளார். இவரது கவிதைகளின் ஒரு பொதுச்சட்டகமாகப் பாலைத்திணையின் வெக்கையும், இயற்கையின் வீழ்ச்சி உருவாக்கும் நிலத்திரிபும், காதலின் மையமான

சொல்லுதல் புலமாகப் பிரிவும் இடம் பெற்றிருப்பதை வாசிப்பில் உணர முடிகிறது.

பெண்கள்மீதான பாலியல் வன்புணர்வு குறித்து மிக வலிமையான படிமங்களுடன் நகரும் கவிதை "சூல் ரத்தம்"(அவ.பக்.75). சிறுமிகள் மீதான பாலியல் வன்கொடுமைகள் நமது உணவு துவங்கி அனைத்திலும் ஓர் எச்சமாக ஒட்டிக் குமட்டும் கவிதை. இறுதியில் "நீதிதேவனின் கறுப்புத்துணியில் மயக்கமருந்து தடவியிருப்பதாக" அரசியல் பேசும் கவிதை, நீதிதேவன் என்பதன்மூலம் கண்கட்டப்பட்ட நீதி தேவதையை ஓர் ஆணாதிக்க குறியாக மாற்றுகிறார். நீதியின் வலிமையும், விறைப்புத்தன்மையும் ஆண்மையச் சொல்லாடலாக மாற்றமுறுகிறது.

"நீள் கனவுச் சிகையவிழ்த்து
சோம்பல் முறிக்கும்
அதிகாலையென அந்த நினைவு"
"கால் விரல் நீவிச் சொடுக்கெடுக்கிறது காதல்
அண்ணாந்து பார்த்தபடி காத்திருக்கிறது காமம்"

போன்ற வரிகளில் வெளிப்படும் மென்மையும், வனப்பேச்சியில் வெளிப்படும் வன்மையும், கவிதைக்குள் ஒருவகை எதிர்வினையாற்றும் உத்தியாக உள்ளது. பெண், ஆண் என்கிற பாலினம் கிராமங்களில் பாலற்றதாக அல்லது பால்மீறியதாகவும், நகரத்தில் பால்வேறுபாட்டுடன் ஒடுக்குவதாகவும் வெளிப்படுகிறது. பாலினமாதலின் அரசியல் (gendering politics) ஒடுக்கப்பட்ட விளிம்புநிலை மக்களிடம் கிராமங்களைவிட நகரங்களில் அதிக வலுவுள்ளதாக இருப்பதைப் பதிகிறது இக்கவிதைகள்.

எழுத்தில் வல்லினம், மெல்லினம், இடையினம் கண்ட நமது தொல்மரபில் இவரது கவிதைகளின் வார்த்தைகள் சற்றேனும் காயம் பட்டுவிடக்கூடாத கவனத்துடன் மென்மையானதாகப் பின்னப்பட்டுள்ளது

மழை—வெயில்—வெயில் என்ற ஓர் அமைப்பு உள்ள மூன்று கவிதைகளை இணைத்து வாசிக்கலாம்

- அவரவர் மழை — மழை (கிராம வாழ்வின் நீர்மை)
- இது வேறு வெயில் — வெயில் (கிராம வாழ்வின் நீர்மைக்கான ஏக்கம்)
- அவளுக்கு வெயிலென்று பெயர் — நகர்சார்ந்த வெயில் (காதல்)

"உள்ளங்கையில் மழையைப் பிடிக்கலாம் வெயிலை?" என்று கேட்கிறது கவிதை.

"தம் நிழல் தமக்கில்லாப் புளியமரங்கள்" (அவ.பக்.93) — இது ஒரு தத்துவச் சிக்கலான விஷயம் — பொதுநலம் — தியாகம் எனப் பல படிமங்களைத்தரும் வரி. "பட்டன் ரோஸ் ஞாயிறு" (அவ.பக்.

96)— என்புதோல் போர்த்திய உடல் —சாக்கடையில் பட்டன் ரோஸ் செடி வளர்த்தல் — அன்பெனும் குறுவாள் எனப் பரத்தமையின் நவீன வடிவின் வன்முறையைப் பேசுகிறது.

"மூச்சு முட்டுகிறது — கண்காணிக்கப்படும் — இந்தக் காபந்து வாழ்க்கை" (அவ.பக்.111)என கண்காணிப்பு அரசியல் ஏற்படுத்தும் சலனமற்ற, எந்திரமான, அதிகாரத்தால் பதனப்படுத்தப்பட்ட சவத்தன்மையான வாழ்க்கையைச் சிதைக்க பூட்டுகளை உடைக்கும் திருடர்கள் தேவை என்கிற எண்ண ஓட்டம் முக்கியமானது. இது ஓர் எதிர்மன உலகில் சஞ்சரிக்கும் உளவியல் சிக்கலை வெளிப்படுத்துகிறது. எச்சம், பூனை என்ற சொற்கள் திரும்பத் திரும்ப இவரது கவிதைக்குள் வரும் படிமமாக உள்ளது. இச்சொற்கள் கவிக்குரலின் ஆழ்மன பிம்பங்களை வெளிப்படுத்துவதாக உள்ளது. நகரங்கள் கிராமங்களின் எச்சமாகவும், நகரம் ஒரு பூனையின் தன்மை கொண்ட கள்ளத்தனமாகவும் இக் கவிதைகள் உருவாக்கத்திற்கான சிந்தனைப் படிமமாக (image of thought) உள்ளது.

இறுதியாக...

ஜனநாயக அரசியலும், குடிமைச் சமூக அரசியலும் அம்பேத்கர் கூறிய படிநிலை சமத்துவம் கொண்டதாகவும், பெரியார் சுட்டும் சுயமரியாதை அற்ற, பகுத்தறிவற்ற அடிமைத்தனத்தை, அவமானத்தைத் தங்களது இன—உணர்வாக வடிவமைத்துக் கொண்டுவிட்ட மனுதர்மம் உருவாக்கிய மனுவாத சமூகமாக "மனு" என்ற சொல்லைத் தமிழச்சி பயன்படுத்தும் விதம் குறித்த ஒரு கவிதையுடன் முடிக்கலாம்.

"அதிகமில்லை கனவான்களே" (அவ.பக்.179)என்ற கவிதை முழுக்க அரசியல் சார்ந்த, தற்கால அரசியலை உள்ளடக்கி எழுதப்பட்ட கவிதை. இன்று இந்திய மக்கள்மீது சுமத்தப்படும் பல்வேறு அடக்குமுறைகளும் அதை எதிர்கொள்ளும் தன்மையும் இதில் பேசப்படுகிறது. இங்குக் குடிமைச் சமூகம் என்பது மனுவாத இணக்கத்தன்னிலைகளால் (consent subject) கட்டமைக்கப்பட்ட சமூகமாக, அதன் ஜனநாயகக் குடிமை அரசியல் வெளியின் ஒடுக்கம் இதில் சுட்டப்பட்டுள்ளது. கவிதையின் இறுதிவரி இப்படி முடிகிறது..

> "இனிமேல் அவர்கள்
> எம்மிடம் மனு கொடுக்கட்டுமே!
> மனுவிற்கும்
> 'மனு'விற்குமான பார தூரம்
> அதிகமில்லை கனவான்களே
> ஒரு நூறு ஆண்டுகள் மட்டுமே"

மனு தர்மம், மனுவை ஏற்கும் அதிகாரத்தில் அமர்ந்திருப்பதைச் சுட்டும் ஒரு வார்த்தை விளையாட்டுடன் முடிகிறது. உண்மையில் இந்தப் பாரதூரம் ஒரு நூறு ஆண்டுகள் அல்ல, பல ஆயிரம்

ஆண்டுகள் என்பதே வரலாற்றின் வினையாக உள்ளது. இக்கவிதை இறுதியில் அதிகார இடமாற்றம் குறித்த முழக்கத்துடன் முடிகிறது.

கவிதைகள் முழக்கமிடக்கூடாது என்கிற கலைசார்ந்த வாதம் ஒன்று உள்ளது. அடிப்படையில் அனைத்துப் பேச்சுமே குழுத்தன்மை வாய்ந்தது. அதாவது collective utterance என்கிறார்கள் டெல்யுஸ்—கத்தாரி. ஒவ்வொருவரது பேச்சும் விரும்பியோ விரும்பாமலோ அவர்கள் குழுநலனை, அரசியலை வெளிப்படுத்துபவைதான். அவ்வகையில் இன்றைய மதச்சார்பற்ற, ஜனநாயக விரோத, ஒரு குறிப்பிட்ட குழுவின் நலனுக்கான, அரசு அதிகாரத்திற்கு எதிரான ஒடுக்கப்பட்ட, விளிம்புநிலைக் குரலாக இக்கவிதை தன்னைப் பிரகடனப்படுத்துகிறது. அது விளிம்புநிலை கிராமியக் குரலாக, அதன் அழகியல் சார்ந்த குரலாக, உலகமயத்திற்கு எதிரான குரலாக, நகர்மயமாதலுக்கு எதிரான குரலாக, ஒரு ஜனநாயக வெளியையும், சுதந்திரமான குடியாண்மை வெளியையும் கற்பனை செய்கிறது தனது கவிதைகள் வழியாக. அதுவே இக்கவிதைக் குரலின் வெற்றி.

30—08—2019

jamalan.tamil@gmail.com

படைப்பிலக்கியத்தில் மையத்திற்கு மீளும் தமிழச்சியின் கிராமிய அழகியல்

ப்ரதிபா ஜெயசந்திரன்

சாரமற்ற சக்கைப் பிரியெனத்
திரட்டப்படும் வைக்கோல் வாழ்க்கையில்
கவிதைக்கான என்
கணத்தைப் பிரித்தெடுக்கும்
பெருஞ்சுமையில் நான்

(நீளும் நண்பகல் — வனப்பேச்சி பக்: 93)

எனும் தமிழச்சியின் பொறுப்பான வரிகளுடன் இக்கட்டுரையை ஆரம்பிப்பது உசிதமாகப்படுகிறது. 2007 முதல் 2015 வரையிலான காலகட்டத்தில் எழுதித் தொகுக்கப்பட்ட ஐந்து கவிதைத் தொகுப்புகளும், அதன் பின்னர் பிரசுரமான கவிதைகளும் தமிழ்ச்சூழலில் மிகவும் பொறுப்புடன் எழுதப்பட்டுள்ளன.

I

வனப்பேச்சி— இவள் வனப்பேச்சியல்ல, மனப்பேச்சி— செம்பு சொல்லும் செவிவழிச் செய்தியைச் சுமந்துவரும் வேப்பம் பூ கோடை, வனாந்தரத்தின் தனிமையில் ஓலைப்பெட்டித் தீம்பண்டங்களில் திளைத்த வனப்பேச்சிக்கு விருதுநகர் பொருட்காட்சி கொடுத்த பலூனும் அப்பளமும், அவன் நினைவுகளை ஒளித்துவைத்திருக்கும் விதை நெல்லும், குருவாச்சியின் வேப்ப எண்ணெய் குமட்டாத தலையும், சீனிப்பணியாரத்தில் சாகச நாடகம் நடத்திய கிடை மேடையும், ஆறாம் புலனாக ஆறப் போட்டிருக்கும் ஒரு காதலும், முழு இருட்டில் வசீகரமாய்ப் பிரகாசிக்கும் பொய்களும், முத்தங்களுக்கான உத்தரவாதத்துடன் தூங்கிப் பின் எழாமலே போன செஞ்சோலைக் குழந்தைகளும், சப்பாத்திக் கள்ளிகளில் சிக்குண்ட சரிகைப் பாவாடையின் ஓரமென நைந்திருக்கிற மனதும், கூடவே வந்து நெருப்பைக் கொட்டிய கும்பகோணமும், வெற்றிலை எச்சிலைத் துப்ப இடமின்றித் தவித்த வனப்பேச்சியும், குடியிருப்பின்

எல்லா வீடுகளுக்குமான அன்பைப் பச்சையாய்ப் போர்த்திவந்து, பரிச்சயமில்லாததால் பகிரமுடியாமலே போன பலாப்பழமும், அல்ஜனாபின் வன்புணர்வு மரணமும், எல்லாப் பெண்களுக்கும் வேறு வேறாகிப் போன ஏவாளின் துளியும், கடைவாயில் துருத்திக் கொண்டிருக்கும் ஒரு பருக்கையென உன் நினைவும், கண்ணியத்திற்காகக்கூட கையளவு துணி தராத ஆழிசூழ் உலகும், உதாசீனப்படுத்தப்பட்ட புன்னகைகளுக்குள் ஒளிந்திருக்கும் ஒரு துளி கண்ணீரும் உதிர்ந்து விழும் இறகென ஊமையான அன்பும், இருட்டிலாவது கண்ணும் வாயும் கலவி செய்து பிறக்கின்ற கவிதை மொழியும், விதிக்கப்பட்ட நரகத்தில் தொலையுமுன் தூண்டில் உணவெனக் கிடைக்கும் ஒரு களங்கமற்ற முத்தமும், விட்டுச் சென்ற சேறான மழையும், திரும்பும் அவசரத்துடன் கூடவரும் பிள்ளைகள் நடக்காத புற்கள் மூடிய கிராமத்துப் பாதையும், 'பொசுக்குதுன்னா' என்னவென்று கேட்கும் பிள்ளைகளுடனான அசலூர் வாழ்க்கையும், வெள்ளரிப் பிஞ்சுகளுக்குப் பதிலாக வாங்கிவந்த வெயிலும், வனப்பேச்சியின் பாதங்களைச் சுற்றித் தழைய வரும். இது வனப்பேச்சி.

ஏழூர் கதை பேசும் அப்பத்தாவின் பாம்படங்கள், பட்டைச் சாராயமும் தொட்டுக்கொள்ள ஊராட்சிமுறை தொலைக்காட்சிப்பெட்டியில் புதுப்படமும் என்று பஞ்சம் பிழைக்கப்போன பெரியானும் பொன்னுசாமியும், தோல்விகளில் வண்டலெனத் தங்கிவிட்ட கவிதைகளும் தீப்பெட்டிப் பொன்வண்டாய்ப் பிறந்த ஊர் நினைவுகளும், நிலா பார்க்க இடம் விட்ட ரயில் சினேகமும், ஆண் மைனாக்களோடு பயணித்த பேருந்தும், அன்னையர் வேறான நிகழ்வு அனிச்சையாய் இருப்பினும் அக்காவிற்காகச் சுருட்டியே வைத்திருக்கும் நேசக் கம்பளமும் தேக ரகசியம் முழுதும் தேடியலையும் திருட்டுக் காதலனாய்ச் செல்ல மழையும், ஐம்பது பைசா பன்னை அதே ருசியோடு இன்றைக்கும் விற்கும் ஆளவந்தான் கடையும், வீட்டிற்குக் கணினி வரப்போகும் சந்தோஷத்தைக் காணாமல் போகச்செய்த சன்னல் சட்டத்திலிருந்து விழுந்த அணில்கூடும், அர்த்தம் பார்த்தால் அழகேது எனக் கேட்கும் கொத்தனார் பாக்கியமும், கடையைப் பூட்டிவிட்டுக் கருவாடு எடுத்து வரும் கருங்குளத்துச் சின்னம்மாவும், மார்கழிக் காலையின் மருதாணி விரல்களும், கச்சம்மா பொங்கலும், அணிற்பிள்ளை குடியேறி விளையாட ஆணியுடன் சேர்த்துக் கட்டி அரையடிக் கம்பி வைக்கும் குழந்தைவேல் ஆசாரியும், சாகுந்தலப் பறவைகள் கோதி வளர்த்த போதிமர மோதிரமும், ஒவ்வொன்றும் உயிர்ச் சுவையாய் எஞ்சோட்டுப் பெண்ணின் மன ஆல்பங்களில் சட்டமிட்டுப் பூச்சூடாத உயிர்ச் சித்திரங்களாய், மனக் கேவல்களாய்! பக்கத்திற்குப் பக்கம் வேர்விட்ட சித்திரங்கள்! கவிதைகள் காவியங்களாய் அரங்கேறியிருக்கின்றன.

II

இவரின் கவிதைகள் பயணிக்கும் வெளிகள் கொஞ்சம் விஸ்தாரமானவை. பல்வேறு பரிமாணங்களில் பயணிப்பவை.

ஒரு மழைக்கு உயிர்வாழும்
கொத்து ஈசல்களுக்கான
உயிர்ப்பும், நொடியும் போதும்—
எடைக்கற்களின் கனத்த செங்கோலேந்தி
உலகப்பவனி வாருங்கள்—
ஒரு காற்புள்ளிக்கும்
குறைவான இடத்தில்
காட்டுச் சிறுக்கியிவள் இசைத்திருப்பாள்.

என்ற வீரமிக்க வாள் வீச்சு வரிகள் நம்மை மலைக்க வைக்கின்றன.

இரண்டாயிரமாவது ஆண்டுக்குப் பின்னர், தமிழுக்கு ஒரு புத்தெழுச்சியான காலம்தான். நிறைய பெண் கவிஞர்கள் வீராவேசத்துடன் தங்கள் கவிதை முழக்கங்களுடன் வெளிப்பட்டனர். அவர்கள் வீசிய வாள் வீச்சுகளில் பனிக்குடங்கள் உடைந்தன, முலைக்காடுகள் சிதறி ஓடின, பெண்மையின் இருண்ட வாழ்வெளிகள் வெளிச்சத்திற்கு வந்து வெகுவாகப் பயமுறுத்த ஆரம்பித்துவிட்டன. உடல் பற்றிப் பேசாத பெண் கவிஞர்களே பெரும்பாலும் இல்லை என்று சொல்லிவிடலாம். பெண் உடல் குறித்த அரசியல் என்பது வேறு. சில கவிஞர்களது கவிதைகளில் உடலைத் தவிர்த்துப் பேச ஒன்றுமில்லை என்றானது. கடைசியாக உடலில் வந்து முட்டி மோதிப் பின்னர் அவர்களுக்கே சலித்து விட்டதாலோ என்னவோ இப்போதெல்லாம் வேறு வெளிகளைத் தேடித் துளாவிக் கொண்டிருக்கின்றனர்.

தோழிகளின் கவிதைகள். இவற்றுள் மிகச் சிறந்த கவிதைகளென ஒன்றிரண்டு இருள் வானில் நட்சத்திரங்கள் பூத்தது போல தோன்றியதும் உண்டு. இந்தச் சந்தடிகளுக்குத் தப்பித்து ஒதுங்கிய ஓரிரு கவிஞர்களில், தமிழச்சி அவர்களும் ஒருவர். தனது கவிதை வெளிப்பாடுகளில் நிதானம், ஸ்திரத்தன்மை, கண்ணியம், இப்படிப் பல கூறுகளை உள்ளடக்கி இவரது கவிதைப் பயணம் தொடர்கிறது. இவரது கவிதைகள் குறித்துச் சொல்வதற்கு நிறைய சங்கதிகள் உண்டு.

III

‘புழங்கு நீர்’ என்று ஒரு கவிதை.

தேனடைகளைச் சுமக்கும் வறட்டிகள்
தேமலடைந்து நிலமுதிர்கின்றன.
உலை இறக்கிய அடுப்பின் கங்குகள்
சிறுதீனியாய்ச் செரிக்கும் பனை ஓலைச் சருகுகள்
உறுமியின் அதிர்வென இரவை முறுக்கேற்றுகின்றன
பனங்காடு மணக்க
பாலை கடக்கும் பேச்சியோ—
கொல்லையிலே சத்தமின்றி ஓடும்
புழங்கு நீர் போலச்
செப்பாக் காமம் உடுத்தி நடக்கிறாள்.
கடக்கவியலாப் பெருந்துயர் சாற்றும்

பனை விசிறி ஒன்று
அலர் தூற்றுகிறது அவள் கைகளில்!
'பொருள்வயிற்' பிரிந்து சென்ற கனவான்களுக்கல்ல—

அருவாக் கருப்பன்களுக்கானது அக்காடு என்று முடியும் இக்கவிதை வரிகள், எந்த மொழி இலக்கியக் கவிதை வரிகளோடும் ஒப்பிடக்கூடிய செவ்வியல் இலக்கிய வரிகளாகச் சொல்லமுடியும். காடும் காடு சார்ந்த முல்லை நில வெளிகளை மிக நுணுக்கமாகப் பதிவு செய்திருக்கிறது இக்கவிதை. அடுப்பின் கங்குகளுக்குச் சிறுதீனியாய்ச் செரிக்கும் பனைஓலைச் சருகுகள் எனும் காட்சிப் படிமம், அதை நேரில் பார்த்திராவிட்டால், அந்த வாழ்வை அனுபவித்திராவிட்டால், அங்கே புழங்கியிராவிட்டால், இவ்வளவு நுணுக்கமாகப் பதிவு செய்ய முடியாது. பனைஓலைச் சருகு எரியும் மணம் மிகவும் வித்தியாசமான சுகந்தமானது. அப்போது பின்னிசையாக அதிரும் உறுமியின் குரல், பனங்காடு மணக்கக் காமம் உடுத்திக் கடந்துபோகிறாள் பேச்சி. என்ன ஓர் அற்புதமான காட்சி. அருவாக் கருப்பன்களுக்கானது அக்காடு என்ற வரி, இன்றைய அரசியல் உரிமையைத் தமிழர்கள் நிலை நிறுத்திக்கொள்ள நிமிர்ந்து நிற்கும் களமாகக் காட்சிப்படுகிறது.

IV

ஒரு படைப்பாளிக்கு, தன் படைப்பு சார்ந்த ஒரு நூறாண்டுகால வரலாறாவது தெரிந்திருக்க வேண்டும் என்று சொல்வார்கள். தமிழச்சியின் கவிதைகள், தமிழின் வேர்களிலிருந்து வெளிப்பாடாகின்றன. சங்கக் கவிதைகளின் சொற்கள் சொற்றொடர்கள் ஏறக்குறைய அனைத்துக் கவிதைகளிலும் பயின்று வருதலால்; இவை புதுக்கவிதை என்பதால் அசை சீர் பிரித்துப் பார்த்தல் ஒன்றைத்தவிர, திணை, நிலம், பூக்கள், விலங்குகள், பொழுது, முதற்பொருள், கருப்பொருள், உரிப்பொருள் என யோசிக்க வைத்துவிடுகின்றன. ஒரு முல்லைத் திணைக் கவிதை இப்படி ஆரம்பிக்கிறது:

ஒரு செம்போத்துப் பறவையின் குரலென
என் கண்மாய்க் கரையில் உனைக் கண்டறிந்தேன்

—அருகன் பக்.77

இக்கவிதை வரிகளில், ஒரு செம்போத்துப் பறவையின் குரல் நமக்கு அறிமுகமாகிறது. அது காணப்பட்ட இடம் 'என் கண்மாய்க்கரை' என்ற சொல்லின் பொருள் என் 'மனக் கரை' என்று அர்த்தப்படுகிறது. ஆக, வெளியில் ஸ்தூலித்துக் காணப்படும் நிலமும் அதன் சார்புகளும் மனதுக்குள் இருக்கின்றன. நிலம் அவளுக்குள் உள்வாங்கப்பட்டுக் கிடக்கிறது. நிலம் இருக்கிறது, அது சார்ந்த வாழ்க்கையும் உள்ளே இருக்கிறது. ஆக, அந்த உலகமாகவே கவிஞர் அரூபியாக வியாபித்திருப்பதைக் காண முடிகிறது. இது மனவெளியில் மட்டுமே சாத்தியமாகும் ஒரு வித்தை.

செம்போத்துப் பறவை குறித்து எந்தக் குறிப்பும் சங்கப் பாடல்களில் இல்லை என்றாலும், செம்போத்து என்னும் சொல் தொன்றுதொட்டு பாடி வந்துள்ள தமிழ் இசைப்பாட்டு வடிவங்களுள், சந்துகவரி, சக்கை, கானல்வரி, கிளிப்பாட்டு, குரவை, தோழிப்பட்டு, சாழல் போன்ற வடிவங்களுள் செம்போத்து எனும் தொன்மரபு இசைப்பாடலும் இடம்பெற்றுள்ளது. அன்டோனியோ கிராம்சி சொல்லுகிறான்:

"முழு மொழியும் உருவகத்தின் தொடர்ச்சியான செயல்முறையாகும், சொல் பொருளின் வரலாறு என்பது கலாச்சார வரலாற்றின் ஓர் அம்சமாகும்; மொழி அதே நேரத்தில் ஓர் உயிருள்ள விஷயமாகவும், மனித வாழ்க்கை மற்றும் அதன் நாகரிகங்களை அருங்காட்சியகத்தில் காட்சிப்படுத்தப்பட்டுள்ள புதை படிவங்களாகவும் (fossils) இருக்கிறது." என்று அன்டோனியோ கிராம்சி, மொழி குறித்த ஒரு விளக்கத்தில் குறிப்பிடுகிறார்.

கிராம்சியின் வார்த்தைகளில் பல விஷயங்கள் உள்ளடங்கியிருக்கின்றன. தொல்காப்பியத்தின் சொல்லதிகாரத்தையும் பொருளதிகாரத்தையும் இங்கு ஒப்புநோக்கத்தக்கது. மனிதக் கலாச்சார வரலாறுகளின் படிமங்களாகத் தொல்காப்பியம் சொல்லாகவும் பொருளாகவும் தொகுத்து வைத்திருக்கிறது. ஏறக்குறைய உலகின் மற்ற எந்த மொழிகளுக்கும் இல்லாத ஆயிரத்து அறுநூறு ஆண்டுகால இலக்கணப் பாரம்பரியம் நமது தமிழுக்கு உண்டு என்பது நமக்குப் பெருமைதான். ஒருவேளை ஐரோப்பியர்கள் இங்கு வந்திராவிட்டால்., இப்படிப்பட்ட ஒப்புவமையில்லாத ஒரு தமிழ்க் கலாச்சாரம் குறித்து வெளி உலகிற்குத் தெரியாமலேயே போயிருக்கும் கி.பி. 1752 க்கு முன்னால், நமது தமிழ்க் கலாச்சாரம் பற்றியோ, பிற இந்தியக் கலாச்சாரங்களைப் பற்றியோ ஒரு தகவலும் நமக்குக் கிடைத்திருக்கவில்லை. ஐரோப்பியர், குறிப்பாக கத்தோலிக்க கிறிஸ்தவம் (வீரமாமுனிவர்) வந்தபின்னர்தான், சூத்திரர்கள் என்னும் இடைச்சாதியினருக்கும், பஞ்சமர்கள் என்னும் தலித்துகளுக்கும் படிப்பின் வாசனையே கிடைத்தது. இல்லையெனில், இந்தியா இன்னும் இருண்ட காலத்தில்தான் இருந்திருக்கும்.

கவிதையில் குறிப்பிட்டுள்ள செம்போத்தும், கண்மாய்க்கரையும், அருகனும் கவிஞரின் மனதில் படிந்துள்ள படிவங்களாக இங்குக் காட்சிப்படுத்தப்படுகின்றன. இக்கவிதை, அகப்பாடல் என்னும் வகையைச் சேர்ந்தது. இப்பாடலின் தலைவன் அருகன். தலைவி இப்பாடலை இசைக்கும் ஒருத்தி. இங்கு, தலைவியின் மன அவசங்கள் வரிசையாகக் காட்சியாகின்றன. இது ஒரு வித்தியாசமான காதல் கவிதை. முதலில், தலைவனைத் தோழனாய்ப் பார்க்கும் தமிழ் மரபு மனங்கொள்ளத்தக்கது. இங்கே, இதுவா அதுவா, இப்படியா அப்படியா என்னும் கேள்விக்கே இடமில்லை. தன்னைச் சுற்றியுள்ள இயற்கைப் புலங்களான, அங்கே நெடிதுயர்ந்து சிலையாக நிற்கும் அருவாக் கருப்பனிடம், தலைவனைக் கண்டதாகச் சொல்கையில் அவனது புருவங்கள் சிரிக்கின்றன. ஒரு காதல் நாடகம் அரங்கேறுதலின் சாட்சியாக. அடுத்து, அருகிலிருந்த ஒரு கருவேல

மரம் சரி சரி நடக்கட்டும் என்று சிலுப்பிக் கொண்டதையும் தலைவி பார்க்கிறாள். இதற்குள், மனதிற்குள்ளிருக்கும் தலைவனின் உருவத்தை விவரிக்க முடியாமல் தலைவி தவிக்கும்போது அவளின் போதாமையை, கரம்பை மண் கோடுகள் அதை இட்டு நிரப்புகின்றன, தலைவியின் மகிழ்ச்சி உச்சிதொடுவதைப் பார்த்த பனைத் தோழிகள் பெருமூச்சுவிட்டு, விசிறிக்கொண்டன. தலைவன் இவளை நெருங்கி வருகிறான். அவன் காலில் நெருஞ்சில் குத்துகின்றன. அவற்றை அகற்றி இவளின் அருகாமைக்காக வழியில் நின்றுகொண்டிருக்கிறான். தலைவி பேசுகிறாள்:

என் அருகனே,
காலமும் வெளியும் நம்முடையதானபின் —
இடமும் தூரமும் என்செயும்?
சின்னஞ்சிறு செம்போத்திற்கு
நடக்க இரு சிறகடியும்
சுவைக்க ஓர் இலந்தையும் போதுமெனில்
வாழ்வோம் நாம் இவ்வையகத்தில்!

இந்தத் தலைவியின் வரிகள், என்ன ஓர் அற்புதமான வரிகள்! காலத்தையும் வெளியையும் வெல்லத்துடிக்கும் ஓர் அசாத்தியமான துணிவு கொண்ட தலைவியின் வாழ்வின்மீதான வெற்றியை நோக்கிய வரிகள். அகநானூற்றின் தலைவிகளையெல்லாம் வென்றுவிட்ட, ஒரு தோழனுக்குத் தைரியம் சொல்லி வாழலாம் வா என அறைகூவல் விடுக்கும் ஓர் அற்புதமான கவிதை.

'அகம்' என வகைப்படுத்தப்பட்ட கவிதைகள் அல்லது சங்க இலக்கியங்களில் காதலைக் கையாள்வது ஒரு நாடக நிகழ்வை உள்ளடக்கியிருக்கிறது, ஏனெனில், அவை காதல் சூழ்நிலைகளை உரையாசிரியர்கள், தலைவன், தலைவி, தோழி மற்றும் பிறரின் உணர்ச்சிப்பூர்வமான சொற்களின் மூலம் காதலை முன்வைக்கின்றன. உணர்ச்சி அனுபவங்கள் 'உரிப்பொருள்' (புணர்ச்சி அம்சம்) என்று அழைக்கப்படுகின்றன. உடனுறும் இயற்கை, இக்கவிதை நாடகம் அரங்கேறும் மேடையாகச் செயலாற்றுகிறது. இங்கே, முதற்பொருள் என்பது, இடமும் நேரமும்; கருப்பொருள் என்பது சூழலும் அங்குள்ள பொருட்களுமாகும்..

அகப்பாடல்களைப் பொறுத்தவரை, மூன்று கூறுகள் முக்கியத்துவம் பெறுகின்றன. அவை முதற்பொருள், கருப்பொருள் மற்றும் உரிப்பொருள். இவை மூன்றையும் விளக்குகையில், தொல்காப்பியர் அவற்றின் ஒப்பீட்டு முக்கியத்துவத்தைத் தெளிவுபடுத்துகின்றார். அதாவது, முதற்பொருள் மற்றும் கருப்பொருளின் முக்கியத்துவத்தை விட, உரிப்பொருள் மிகவும் முக்கியத்துவம் வாய்ந்தது. வேறு வார்த்தைகளில் கூறுவதானால், இதுபோன்ற கவிதைகளில், காதலர்களின் உணர்ச்சி அனுபவம் மிகவும் முக்கியமானது. சுற்றுச் சூழலின் பொருட்கள், அடுத்த முக்கியத்துவம் பெறுகின்றன. புலம், பருவகாலம் மற்றும் நேரம் போன்றவை மிகக் குறைவான முக்கியத்துவத்தைப் பெறுகின்றன.

மேலதன் துணைக்குறிப்புகள்:

புணர்தல் பிரிதல் இருத்தல் இரங்கல்
ஊடல் இவற்றின் நிமித்தம் என்றிவை
நேருங்காலை திணைக் குரிப் பொருளே

தொல். பொருள் — பாடல் 14

முதலெனப் படுவது நிலம்பொழு திரண்டின்
இயல்பென மொழிப இயல் புணர்ந்தோரே

தொல். பொருள் — 4

தெய்வம் உளுவே மாமரம் புள்பறை
செய்தி யாழின் பகுதியொடு தொகைஇ
அவ்வகை பிறவும் கருவென மொழிப

தொல்.பொருள் — 18

முதல்கரு உரிப்பொருள் என்ற மூன்றே
நுவலுங் காலை முறைசிறந்தனவே
பாடலுள் பயின்றவை நாடுங்காலை

தொல்.பொருள் — 3

வண்டுதா தூதத் தேரை தெவிட்டத்
தண்கமழ் புறவின் முல்லை மலர
இன்புறுத் தன்று பொழுதே
நின்குறி வாய்த்தனம் தீர்தினிப்படரே

ஐந்திணை — 44

'அலாதி பிரதி' என்ற வேறொரு கவிதையில், குறிஞ்சி நிலக் கூறுகளுடன், ஓர் இடைச்சியின் காதல் விவரணையாகிறது. தமிழில், அருகன் கவிதைத் தொகுப்பு, தமிழால் புறக்கணிக்க முடியாத ஒன்றாகும்.

இன்னொரு சாகசமான காதல் நாடகம் நடந்தேறும் ஒரு கவிதை கிடை. இதன் திணை முல்லைத்திணை. காடும் காடு சார்ந்த நிலவெளியும் மேய்ச்சல் பகுதிகளையும் கொண்டது. காட்டுப்பூக்களின் மணம் திணைக்குறிப்பை உணர்த்துகின்றன. இங்குப் புள்ளினமாக வருவது மயில் இந்த நாடகத்தின் பார்வையாளர்கள் கிடையாடுகள். நிகழும் காட்சி தலைவி தலைவனுடன் கூடிப் பிரிகிறாள் வாலிபத்தின் கனவொன்றைத் துய்த்த ரகசியமுடன். இதுதான் விஷயம். ஆனால் இந்தச் சாகசம் நடந்தேறும் லாவகத்தைப் பார்க்கவேண்டும். அது கண்ணுக்குக் கிடைக்காத காட்சி. ஒரு கைச்சொடுக்கில் நடந்துவிடுகிற ஒரு நாடகம். இனிக் கவிதைக்குள் போகலாம்:

காட்டுப் பூக்களின் மணம்
கொட்டிக் கிடந்த கரிசலில்
கிடை ஆட்டுக் கூடையொன்றின் மேல் சாய்ந்திருந்தாய்

காட்சி ஆரம்பமாகிறது. கரம்பைக் காடு காட்டுப் பூக்களின் சுகந்த மணம். அந்தச் சூழல் மிக வித்தியாசமானது. கிடையாடுகளின் மணத்தையும் கரம்பை மண்ணின் மணத்தையும் பிரிக்க முடியாத ஒரு கலவையான சுகந்த மணம். அதை அனுபவித்தவர்களுக்கு மட்டும்தான் தெரியும் அந்த மணத்தின் மகத்துவம் இன்னதென்று. அங்குள்ள பொலிகிடாயின் மணம் தூரத்திலிருந்தே தெரிந்துவிடும்.

பேனா மை படிந்த உன் கையில்
கரம்பை மணம் தேடி
நுகரும் ஆடுகளின் பசி தீரக்
கம்மந்தட்டைகளை நீ ஆய்ந்து தரும்
சலசலப்பை மென்றபடி
கடக்கிறது காற்று

தலைவி காட்சியில் நுழைகிறாள். அவள் கைகளில் பேனா மைக் கறை. கிடையாடுகள் இவள் அருகில் வந்து இவளின் மைக் கறைபடிந்த அவள் விரல்களில் கரம்பை மணம் வீசுகிறதா என நுகர்ந்து பார்க்கின்றன. தலைவி அந்த ஆடுகளுக்குக் கம்மந்தட்டைகளை ஆய்ந்து தருகிறாள். கம்மந்தட்டைகளை ஆயும்போதே ஒரு சலசலப்பு வரும். அந்தச் சலசலப்பை மென்றபடி கடந்து செல்கிறது காற்று. ஆடுகள் கம்மந்தட்டைகளை மெல்லும்போது காற்று சலசலப்பை மென்று செல்கிறது என்பது ஒரு சுகமான கற்பனை. இனிமேல் தான் காட்சி சூடுபிடிக்கிறது:

தாபத்தின் உக்கிரம் ததும்பும் என்
ஒரு சொல்லைச் சுமந்த தட்டான்
உனைச் சுற்ற —
திரும்புகின்றாய்.

அவள் தலைவனை விளிக்கவில்லை. ஆனால், தலைவியின் தாபம் ததும்பும் ஒரு சொல்லைப் பெற்றுக்கொண்டு தட்டான் தூது செல்கிறது. தட்டானுக்குத் தெரிந்துவிடுகிறது தலைவியின் மனதிலிருக்கும் அந்தச் சொல். அந்தத் தாபம் ததும்பும் சொல்லைச் சுமந்து அதை எப்படித் தெரிவிப்பது எனத் தெரியாமல் தலைவனைச் சுற்றி வருகிறது. குறிப்புணர்ந்து தலைவன் தலைவியை நோக்கித் திரும்புகிறான்.

> ஒரு கணம்தான் —
> என் கையிலிருக்கும் சீனிப் பணியாரம்
> உனக்கு மாறுகிறது.

இங்குதான் அந்தக் காதல் சாகசத்தின் உச்சத்தைக் காணமுடிகிறது. தலைவியின் கையிலிருக்கும் சீனிப் பணியாரம் கை மாறி விடுகிறது. பணியாரம் கை மாறிவிட்டது. தலைவி கொடுத்தாளா அல்லது தலைவன் எடுத்துக்கொண்டானா? இங்குதான் காதலின் மேன்மை காட்சியாகிறது, அது ஆணுக்கும் பெண்ணுக்குமான சமத்துவம், கை மாறியதில் சமரசம் இல்லை. கை மாறியது சீனிப் பணியாரமா, இதயங்களா அல்லது வேறு எதுவுமா என்பதை உங்கள் கற்பனைக்கு விட்டு விடுகிறேன்.

> அந்தியில் அடைபட நடக்கின்றன மயில்கள்
> வாலிபத்தின் கனவொன்றைத் துய்த்த ரகசியமுடன்
> பிரிந்தோம் நாம்
>
> அசைபோடுகின்றன கிடை ஆடுகள்
> அங்கே இப்போதும்.

தலைவன் தலைவியிடையே கை மாறிய ரகசியப் பொருள் இன்னதென்று இந்த வரிகள் வெட்டவெளிச்சமாக்கிவிடுகின்றன. வாலிபத்தின் கனவொன்றைத் துய்த்தனர். இதுதான் அந்த மாபெரும் ரகசியம். அழகான ஒரு காதல் காட்சியைக் கண்ட இனிய நினைவுகளோடு மயில்கள் கூட்டை அடையச் செல்கின்றன. எப்போதோ நடந்து முடிந்துபோன இந்தக் காட்சியை இப்போதும் அசை போடுகின்றன அந்தக் கிடை ஆடுகள்! வாழ்வின் மையம் அன்பும் காதலும் கலவியும். நமது ஐந்திணைகளும் அதன் நிலவெளிகளும் தமிழர்களின் வாழ்விடம். தமிழ் உள்ளவரை காதலும் வாழும், தமிழச்சியின் கவிதைகளும் வாழும்!

கட்டுரையாக்கத்திற்குத் துணை நின்ற நூற்கள்:

வனப்பேச்சி	– டிசம்பர் 2007	தமிழச்சி தங்கபாண்டியன்
மஞ்சணத்தி	– டிசம்பர் 2009	,,
எஞ்சோட்டுப்பெண்	– ஜூலை 2010	,,
அருகன்	– டிசம்பர் 2010	,,
அ வெ எ பெயர்*	– டிசம்பர் 2015	,,

தொல்காப்பியம் இணையத் தமிழ்
அண்டோனியோ கிராம்சியின் சிறைக்குறிப்புகள்
சங்க இலக்கியத்தில் புள்ளினங்கள் இ–நூல்

*அ.வெ.எ.பெயர் — அவளுக்கு வெயில் என்று பெயர்.

"தன்னிலையின் கையொப்பமும் - இருவேறு உணர்நிலைகளில் கிளைத்தெழும் வேட்கையும்"

எஸ்.சண்முகம்

கவிதையின் மொழிக்குள் எல்லாவற்றையும் அகவயப்படுத்திவிட இயலுமா என்ற வினா கவிதைப் பிரதிகளை வாசிக்கும் ஒவ்வொரு வாசகனும் எதிர்கொள்ளக்கூடிய ஒன்றாக இருக்கிறது. இதில் புறவயமான குறியீடுகளுக்கும் X அகவயமான மனோவிய பிம்பங்களுக்கும் இடையில் நிலவும் இடைவெளியில் இயங்குகிறது கவிதைப் பிரதி. இவ்விரண்டு பண்புக்கூறுகளையும் ஒருசேரக் கொண்டவையாகவே பெரும்பாலான பிரதிகள் இயங்குகின்றன. இவையல்லாமல் மேலுமொரு முக்கியமான வினாவையும் நாம் எதிர்கொள்ள வேண்டும். அது யாதெனில்; மொழிக்கு முந்தைய அல்லது பிரதியாக்கத்திற்கு முன்புள்ள தருணங்கள் ஏதேனும் எழுதப்பட்ட பின்பு அதில் இடம்பெறுகிறதா என்று கேட்டால், அதற்கான விடை என்பது பிரதியாக்கத்தின் முன்னிலை அல்லது மொழிவயப்படாத அனுபவங்கள் பருண்மையான நிலையை அடைவதில்லை எனலாம். அவை பிரதியாக்கச் செயல்பாட்டில் விடுபட்டுவிடுகின்றன என்றே தோன்றுகிறது. எழுதுதல் எனும் செயல் நிகழ்ந்து முடிந்த பின்னர் மொழிக்குள் உடலும் X மனமும் தன்னைப் பிரதிக்குள் கடத்திக் கொள்கின்றன. இவ்விரண்டைச் சார்ந்த 'தன்னிலையின் உணர்வுப்புலமும் X காண்புலமும் மொழிக்குள் தன் இருப்பை மாற்றிக் கொள்கின்றன. ஆகையால் கவிதையை வாசிப்பவனுக்குப் புலப்படும் அல்லது அறிந்து கொள்ளும் பொருண்மை என்பது அகவயம் X புறவயம் என்பது பிரித்தறியக் கூடியதாக இல்லை.

ஆதலால் நாம் கவிதையின் பருண்மைப் பண்பிலிருந்துதான் அதன் பருண்மையற்ற வெளிக்குள் பிரவேசிக்க முடியும். இது கவிதைசொல்லியின் தன்னிலையை உள்வாங்கிக் கொள்வதற்கான வாயில்முகமாக அமைகிறது. குறிப்பிட்ட வகையிலோ அன்றி

குறிப்பிட்ட பிரதிகளை வாசிப்பதற்கான உபாயத்தைக் கவிதைகளே தனக்குள் பொதிந்து வைத்துள்ளன. ஒரே கவிதையில் இருவேறு நிலங்களைப் பற்றிய கவிதையாடல்கள் இடம்பெறுவதைக் காணவியலும். அதை இரட்டைக் கவிதையாடல்கள் என்று சொல்லலாம். அவை ஒன்றைவிட்டு ஒன்று விலகாத இழைகள் போல் பின்னிச் செல்வதை வாசிக்கையில் உணரலாம்.

இவ்வாறான தொடர்ச்சியுடைய கவிதையாடலின் சொற்களின் இடையில், இருவகை மனோவியங்கள் (அகவயம் X புறவயம்) என்பவை அழிப்பாக்கம் பெறுகின்றன. இதன்வழி உருவாகும் கவிதையின் 'முழுமையற்ற பொருண்மை' பிரதியின்மீது படிந்துள்ள தடங்களாகக் காட்சியளிக்கின்றன. வாசிப்பவர்களுக்கு இரண்டு கவிதையாடல்களின் வாசிப்பனுபவமும் அவிழ்கின்றன. இதன்மூலம் மொழிதல் என்பது தன்னைப் பன்மைப்படுத்திக் கொள்கிறது. எந்தப் பத்தியையும் ஒற்றைக் கோணத்தில் உருவகித்துக் கொள்ளாமல்; ஒன்றோடு மற்றொன்றும் உடனிருத்தல் என்ற தன்மையைக் கவிதை கொண்டுள்ளது. கவிதையை வாசிக்கும் போதெல்லாம் வாசிக்காது விட்டுவிட்ட இன்னொரு கவிதையாடல் நம்மைப் பின்தொடர்ந்து கொண்டே வருகிறது. ஒரே கவிதை அறியப்படுவதாகவும் X விடுபட்ட கவிதையாடலாகவும் செயல்படுகிறது. நமது வாசிப்பில் நழுவிடும் கவிதையின் பிரதியும் — வசப்படும் பிரதியும் ஒன்றே எனத் தோன்றுகிறது. இவ்வகை இரட்டைக் கவிதையாடல்களின் பண்புக்கூறுகளை உள்ளடக்கியுள்ளன தமிழச்சி தங்கபாண்டியன் கவிதைகளின் இப்பண்புக்கூறுகளே தனித்துவமிக்க கவித்துவமாகின்றது.

சலவைத் தளங்களிலும்
கிரானைட்டுப் படிக்கட்டுகளிலும்
உயிர்ப்புற்றுப் படிந்திருக்கும்
மொண்ணைத்தனத்தைத் தாண்டி
தன் இருப்பைப் பதிய வைத்துவிடுகின்றன
இந்தத் தொட்டிச் செடிகளின்
சூட்சமம் இன்னமும் பிடிபடுவதாயில்லை.

—சாகஸம் (வனப்பேச்சி)

இக்கவிதை ஒருவிதக் குறியீட்டுத் தன்மையுடன் பிரதியாக்கம் பெற்றிருக்கிறது. எப்போதுமே ஒன்றை அழுத்தத்துடன் சுட்டுகையில் அதன் எதிர்மையின் மூலமாகக் குறித்தல் கவிதையின் பண்புகளில் ஒன்றாகும். கவிதையை வாசிக்க நமக்குக் கிடைக்கும் உள்ளூறை முழுமையான காட்சியாய் அகப்படுத்தி இருப்பினும் பிரதியின் அடுக்குகளாக உயிராக்கம் பெறுகின்றன. ' சலவைத் தளங்களிலும் உயிர்ப்புற்று படிந்திருக்கும் — தொட்டிச் செடிகளின் சூட்சமும் என்ற கவிதை வரிகள் விநோதமான காட்சிப் படிமத்தைக் கட்டமைக்கிறது. இதில் உறைந்துபோன அசைவற்ற தன்மையுடன் உள்ள சலவைத் தளங்கள் குறிப்பாக, பெருநகரத்தின் மனோவியத்தை

அகப்படுத்தியிருக்கிறது. அதை மொண்ணைத்தனம் எனக் கவிதை குறிப்பீடு செய்கிறது. இதன் பின்னர் வரும் தொட்டிச் செடியின் சூட்சமம் என்ற வரி கவிதைப் பிரதியின் குறிப்பீட்டுத் தளத்தை மற்றொரு அனுபவத் தளத்திற்கு நகர்த்துகிறது. உயிர்ப்புடன் X உயிர்ப்பற்ற என்ற இருமை நிலைகளின் மத்தியில் தனக்கான குறிப்பீட்டு வெளியைப் பிரதி ஏற்படுத்திக் கொள்கிறது. 'உயிர்ப்புடன் இருத்தல்' என்பதை மனித இருப்பைக் குறிக்காத கவிதை இயற்கையூக்கம் மிக்க தொட்டிச் செடியில் காணும் உயிர்ப்பை 'சூட்சமம்' என்ற குறியினால் பதிலிப்படுத்துவதைக் காணலாம். இதில் நேரடியான மனிதச் சாயல் எதுவுமே பதியவில்லை. இதிலிருக்கும் கவிதைசொல்லியின் குரல் ஒன்றே அதைப் பதிகிறது. மிகுந்த மொழிநுட்பத்துடன் அகக்கூறுகளைத் தன்வயப்படுத்தியிருக்கிறது. கவிதையின் பொருண்மை வெளியைத் திறக்க தமிழச்சி தங்கபாண்டியன் அவர்களின் கவிதையின் திறவுகோல் 'சூட்சமம்' என்ற குறியாகும் (SIGN) அதன்வழியே முழுக்கவிதையும் மொழிக்கு முந்தைய உணர்புலத்தை எழுதுதல் மூலமாகக் கண்டடைந்திருக்கிறது. ஒரு நிகழ்த்துதல் பண்புகளைக் கொண்டியங்கும் மொழிச்சேர்க்கைகளால் தமிழச்சியின் பிரதிகள் தன் X பிற என அமைப்பாக்கம் கொண்டிருக்கின்றன.

இருவேறு உணர்நிலைகளில் கிளைத்தெழும் வேட்கை எனும் பேருணர்வைப் பிரதியாக்க முனையும் தன்னிலையின் மொழிதலாக இவரது பிரதிகள் சில உள்ளன.

> *"பூனைப் பாதமென நுழையும் இரவு*
> *அழைத்து வருகிறது உன்னையும்*
> *பகிரவோ, உணரவோ*
> *விழைகையில் அருகிருக்காத நீ*
> *மழையின் மென்கிறங்கல் குலைக்கும்*
> *சர்ப்பமெனத் தீண்டுகிறாய்*
> *நான் உறங்க விரும்பும் இக்கணத்தில்*
> *நுரை ததும்பும் பழச்சாறாகவும்*
> *கருகல் நெடிக்கின்ற தீய்ந்த பண்டமாகவும்*
> *எதிரெதிர் நிலைகளில் நாம்*
>
> *படங்களற்ற சட்டங்கள் பற்றி உனக்கும்*
> *கையெழுத்தற்ற குகை ஓவியம் போல்*
> *இருப்பது குறித்து எனக்கும்*
> *கனவுகள் உண்டென்றாலும்*
> *இருக்கின்றது*
> *இந்த இரவும் ஏதுமற்றதாக.*

—நிகழ் (வனப்பேச்சி)

தன்னிலையின் கையொப்பமாக எழுதப்பட்டுள்ள புள்ளியில் நான் X நீ என்ற எதிர்நிலைகளில் இயங்கினாலும் ஏதோவொரு புள்ளியில் இரண்டற்ற நிலையை அவாவிக் கொண்டே இருக்கிறது. ஒருவகையான ஏக்கக் குரலொலிக்கும் கவிதைப்பிரதி இரவும் X மழையும் என்ற சட்டகங்களின் அகத்தே சம்பவிக்கிறது. ஒருகட்டத்தில் பிரதி வியர்த்தத்தைத் தொனிக்கிறது. 'படங்களற்ற சட்டங்கள்' என்ற காட்சிப்பூர்வமான புள்ளியில் அதன் குறிப்பீடு நிலையற்ற நிலையைக் கவிதை மிகுந்த நேர்த்தியுடன் பதிகிறது. படங்களற்ற சட்டங்களின் ஊடே ஏதுமின்மையைப் பற்றிய அறிதலற்ற அல்லது கவனப்படாத தன்மையில் நான் X நீ என்பதில் இருப்புக் கொள்கிறது. மேலும் இக்கவிதையை நுண்மையாக்கும் மற்றொரு நீட்சி கொள்ளும் காட்சியாக 'கையெழுத்தற்ற குகை ஓவியம்' குறியீட்டின் வரையறையை மென்மேலும் விரிவுபடுத்துகிறது. இதில் சுட்டப்படும் இரு இணைப் படிமங்களுக்கிடையே நுணுக்கம் பெறும் கவிதையின் மொழிதல் நிகழ்கிறது. அது பகிரவோ X உணரவோ என்ற சொற்களில் துவங்கித் தனது கவிதையாடலில் வியர்த்தத்தைப் பொருண்மையாக்கி அதனை மொழிவயப்படுத்துகிறது கவிதைசொல்லியின் குரல். தனக்கான இணைக்குரலுடன் ஏற்படும் இணைவற்ற வெறுமையைத் தனியுணர்வாக மட்டுமன்றி படிமத்தின் உள்ளீடாகவும் உருமாற்றும் விந்தையைப் புரிகிறது.

"படங்களற்ற X கையெழுத்தற்ற

பகிரவோ X உணரவோ என்ற சொற்களுக்குத் தமக்கு மத்தியில் ஊடாட்டத்தை எழுப்புகிறது. வாசகனையும் பொருண்மை மயக்கினில் ஆழ்த்துகிறது.

தன் கூடாரம் விடுத்தொரு பாழ்வெளியில்
தனிமை உடுத்தியிருந்த இடைச்சி ஒருத்தி
தற்செயலாய் உன்னைக் கண்ணுற்று,
பாலையின் வெயிலணைய காதலுற்றான்
தன்காமம் செப்பாத் தேடலை
என் அருகிருக்கும் அவளை
அச்சொட்டாய் அறிந்தவன் நிலவாகிய
நான் மட்டுமே!

கிடை எங்கும் மணத்துக் கிடக்கும் கருங்காட்டு
மலர்களணிந்து விரிமார்பனே
பேச்சி என்றழைக்கும்
உன் ஒற்றைச் சொல் அன்றி
ஆகச் சிறந்த அன்பென
யாதொன்றுமில்லையாம் இடைச்சிக்கு!

(அருகன்)

இக்கவிதையில் 'காமம் செப்பாத் தேமல்' / 'ஒற்றை நட்சத்திரமென' / 'உன் ஒற்றைச் சொல்' என்ற சொற்றொடர்களின் வழியே தனது கவித்துவ உட்கட்டமைப்பை மூன்று நிலைகளின் இடையிலான இடையாட்டமாக்கி வியக்க வைக்கிறது. தேமல்=உடல் / ஒற்றை நட்சத்திரமென = பிரபஞ்சப் புள்ளி மற்றும் உன் ஒற்றைச் சொல் = மொழி என மூவற்றின் இடையில் ஒருவகை இணைவுப் புள்ளியை வரைந்து காண்பிக்கிறது. தமிழ்க் கவிதையின் செவ்வியல் மரபின் நவீன உருவாக்கம் அல்லது மறுஒப்பனை எனலாம்.

"அள்ளிச் செருகின கொண்டையை
அப்படியே வைத்திருக்க
ஒரு பழங்கால
கொண்டை ஊசி வாங்க
நகரத்தின் குளிரூட்டப்பட்ட
வணிக வளாகத்திற்கு
வனப்பேச்சி வந்தாள்.

கைப்பிடியற்ற தானியங்கிக் கதவுகள்
காட்டுப் பூவின் சீம்பால்
கவுச்சியுடன் இருந்த அவளைக்
கண்கள் அகல தாபமுடன் உள்வாங்கின.

நேற்றுவரை பிம்பங்களின் தேமலில்
களை இழந்திருந்த கடைக் கண்ணாடிகள்
ஒப்பனையற்ற அவளது கறுத்த
தேகத்தின் ரசவாதத்தில்
அக்கணம்
தம்மை நேர் திருத்திக் கொண்டன.

அதுவரையிலும்
மனிதத் தொடுகை அற்று,
குதிகால் உயரக் காலணித் தழும்புகளில்
மரத்திருந்த
கான்கிரீட் படிக்கட்டுகள்,
செருப்புகளற்ற அவளின் அழுக்குப்
பாதங்களைக் காமுற்றுத் தழுவின
பிளாஸ்டிக் கழிவுகளில் வெதும்பியிருந்த

குப்பைத் தொட்டிகளோ
தம் முயல் வடிவக் காதுகளை
விடைத்துக் கொண்டு
விரகத்துடன் உள்ளிழுத்தன
அவளது காய்ந்த பொடிமட்டை
நாற்றத்தை.

பானங்களும், பழக்கூழும்
கொட்டுகின்ற இயந்திரங்கள்
பழந்தின்னி வெளவால்களுக்குப்
பாலூட்டும் அவளின்
தாய்மைத் தனங்களிடம்
வெட்கமுற்றுச் சரணடைந்தன

சூட்சமம் புரியாமல்
இடறிய பேச்சியின்
முறக் கைகளை ஆசையுடன் இழுத்து
அய்யனார் குதிரை போல்
அலுங்காமல் தளங் கடத்தின
தானாக நகர்கின்ற இரும்புப் படிகள்
ஆயின்,
பனை மரத்துப் பட்டையில் செய்த
கொண்டை ஊசி கேட்ட பேச்சியைப்
பொருட்படுத்தாத கடை ஊழியர்
பற்றிய அவளது புகார் குறித்தும்,
இருந்தும், இல்லாத மனிதர்கள் அந்நியமாக,
அசைந்தும், அசையாப் பொருட்கள்
அணுக்கமான
அதிசயம் பற்றியும்,
ஆப்பனூர்ச் சாமியாடி
அலுக்காமல் சொன்ன கதை
அறிவாயோ எம்பாவாய்!

— பெருநகர்ப் பரணி (மஞ்சணத்தி)

மேலே எடுத்துக் காட்டியுள்ள இக்கவிதை நூதனமான கவிதையாடல் தன்மையுடன் எழுதப்பட்டுள்ளது. அதைப் பற்றி இங்கு நாம் பேசலாம்.

'வனப்பேச்சி' என்ற சொற்சேர்க்கையை எவ்வாறு விளங்கிக் கொள்ள வேண்டும். புதுக்கவிதையின் வரலாற்றுத் தொடர்ச்சியை முன்வைத்து எழுதியுள்ள எனது ஆசான் திறனாய்வாளர் பேராசிரியர் தமிழவன் அவர்கள் இதைப் "பெரும்படிமம்" என வரையறுக்கிறார். இது ஒருவகையான வாசிப்பை தமிழச்சி தங்கபாண்டியனின் கவிதைப் பிரதிகளை அணுக உதவுகிறது. இருப்பினும், இதன் நீட்சியாக தமிழச்சி தங்கபாண்டியனின் கவிதைத் தொழில்நுட்பத்தின் மற்றொரு பகுதியை அணுக்கமாக அணுக விரும்புகிறேன். பெருநகர நிலப்பரப்பின் மீது 'அதீத— எழுதுதல்' எனும் வகையில் எழுத்தாக்கப்பட்டிருக்கிறது கவிதை. இதன் உள்ளடுக்குகளைக் கவனப்படுத்தக் கூடிய விதமாகவும் விவாதிக்கலாம்.

கவிதை சொல்லியின் குரல் அதன் பருண்மை வடிவான "நீர்மை மிகுந்த குறியாக" வனப்பேச்சியை இனம்காணலாம். ஒரு தேவதைக் கதையின் கதையாடலை ஒத்ததாக வடிவம் பெற்றிருக்கிறது. அதன் வாசிப்பிலிருந்து நம்மை வேறொரு புதிய வாசிப்பிற்குள் அழைக்கிறது. இதில் நிலையற்ற குறிப்பீட்டை அல்லது அழித்தெழுதப்பட்ட குறியாக வனப்பேச்சியை உரைக்கலாம்.. நகரத்தின் disemboweled தன்மையை உள்வயப்படுத்திப் பேசுகிறாள் வனப்பேச்சி. பெருநகரப் பரணி கவிதை எப்படித் தனது கவிதையாடல்களை அதீதமாக எழுதிக் கொள்கிறது பாருங்கள். வனப்பேச்சியின் பெருநகர வாழ்வியல் பிரவேசத்தைக் குறிப்பதுடன் துவங்கி, வணிக வளாகத்தின் கட்டுமானத் தன்மையுடன் சித்தரிக்கிறது. மேலும் அதன் அங்கங்களாக இயங்கும் தானியங்கி கதவுகள் / கான்கிரீட் படிக்கட்டும் / பிம்பங்களின் தேமல் கடைக் கண்ணாடிகள் / குப்பைத் தொட்டிகள் / இரும்புப் படிகள் / எனப் பிரதியில் இடம்பெறுகிறது. எந்திரங்களின் மூச்சுடன் பொருட்கள் வனப்பேச்சியின் மீது ஏற்படுத்தும் தொடுவுணர்வுடன் நகர்கிறது. மனிதத் துடிப்பற்றிருக்கும் வளாகத்தின் முழுக் கட்டிடத்தினில் நிரம்பியுள்ள ஏதுமின்மையை இசைக்கிறது தமிழச்சி தங்கபாண்டியனின் கவிதையாடல். இவை ஒருபுறமிருக்க; கண்ணாடியின் மீது விழும் பிம்பத் தேமல் என்பதில் பெருநகரவாசிகளின் உயிர்ப்பின்மையைப் படியும் படிவமாக நேர்த்தியுடன் முன்னிறுத்துகிறது. இக்கவிதை surface writing ஆக எழுதப்பட்டுள்ளது. ஒரு பழங்கால கொண்டை ஊசி வாங்க அங்குக் கால்பதிக்கும் வனப்பேச்சியின் கானல்மொழிதலாக வெளிப்படுகிறது. இறுதியான பத்தியில் பனைமரத்துப் பட்டையில் செய்த கொண்டை ஊசி கேட்கும் இடம்வரை பிரதியின் படிமங்கள் அடர்ந்திருக்கின்றன.

"இருந்தும், இல்லாத மனிதர்கள் அந்நியமாக
அசைந்தும், அசையாப் பொருட்கள்
அணுக்கமான
அதிசயம் பற்றியும்."

மீண்டும் மீண்டும் வாசிக்கையில் மேற்காணும் வரிகள் பெருநகரின் உயிர்ப்பு என்பதன் நிர்ணயமற்ற மனிதர்கள் X பொருட்கள் என்ற எதிர்வைக் கவிதை சொல்கிறது. இரண்டிற்கு மத்தியிலுள்ள வெளியையே பொருண்மையாக்கிக் காண்பிக்கின்றது கவிதை.

பொருட்களால் கட்டமைக்கப்பட்டுள்ள நினைவிலியில் மிதக்கும் வாழ்வியலைக் கொண்டது பெருநகர அன்றாடங்கள். நாம் காணவும் பெறவும் நினைக்கும் அனைத்துமே உபரியாக உள்ளதை நம்மால் தெளிவாக உணரமுடிகிறது. எண்ணிலியான தேர்வுகளைப் பொருட்களின் உலகு நம்மீது திணிக்கிறது. களவாடப்பட்ட உணர்வுகளுடன் வாழும் பெருநகரவாசிகளின் எதிர்விதி பரப்பைப் பொருண்மைப்படுத்த இயலாமல் இலக்கற்று அலைகிறது

மனம். இதனை மொழியும் விதமாக தமிழச்சி தங்கபாண்டியன் அவர்களின் மற்றொரு கவிதையை 'மே 18. 2010 ' அணுகலாம். ஒரு தேதியைத் தலைப்பிட்டுள்ள இக்கவிதையின் சொல்லாடலின் வலைப்பின்னலாக எவையெல்லாம் இயங்குகின்றன என்பதைப் பாருங்கள். தினமும் பல்துலக்குவதில் துவங்கி புணர்வில் இறுதி பெறுகிறது. உயிர்களுடனான பரிவர்த்தனையில் கூட கடைப்பிடிக்கப்படும் கறார்த்தன்மை.

> "அளவான புன்னகையுடன்
> பாதி திறந்த கதவிடுக்கில்
> பக்கத்து வீட்டாருடன் பகிர்ந்து கொண்டோம்
> வேலைக்காரிக்கும் பால் அதிகம் சேர்த்துக்
> கலந்த காபியைக் கொடுத்துவிட்டோமோ
> என்ற கவலையுடன்
> அலுவலகம் போனோம்"
>
> —மே 18, 2010 (அருகன்)

இதன்வழி நீளும் கவிதையின் தொடர்ச்சியில் விரயமாகும் உணர்வு களுக்கு இடையிலும் பொருளீட்டலின் ஈர்ப்பு வலுவுடையதாகச் செயல்படுகிறது. எண்ணற்ற இடையீடுகளின் மத்தியிலும் வலி / சோகம்/ கைவிடப்படுதல் / துரோகம் / அயர்ச்சியிருப்பினும் பொருள்மீதான கவர்ச்சியின் கவனம் சற்றும் வீர்யம் குறையாது தனது ஆதிக்கத்தை நிறுவுவதைக் குறிக்கும் விதமாகப் பொருளீட்டல் என்பது ஒரு காம ஈர்ப்பாக வினையாற்றுகிறது.

> "பங்குச்சந்தை எப்படி இருக்குமென
> தொலைபேசியில் விவாதித்தோம்"
>
> —மே 18, 2010 (அருகன்)

என்ற வரிகள் மூளையுள் பாய்கிறது. ஊக வணிகத்தின் கோரப் பிடி எவ்வாறு இன்று எல்லோரின் மனங்களிலும் இறுகியுள்ளது என்பதைச் சொல்லும் அசாத்திய வரிகள்.

> "மறதி என்ற ரிமோட்
> பட்டனைத் தட்டினோம்
> 'முள்ளி வாய்க்காலை' மறந்து
> அன்றும்
> புணர்ந்து
> அலுத்துத் தூங்கினோம்."
>
> —மே 18, 2010 (அருகன்)

> எப்போதும் என் இருப்பு
> உனக்கொரு பின்குறிப்புதான்
> பணிக்கென சிறியமுள்
> பயணத்திற்கென பெரியமுள் கொண்ட

உன் கடிகாரம்
நிமிடமுள்ளை மட்டுமே
எனக்கு இடஒதுக்கீடு செய்திருக்கிறது.

பின்குறிப்பு
(அருகன்)

அனைத்து துர்—அனுபவங்களும் நிகழ்வுகளும்கூட எவ்விதக் கிளர்வையும் ஏற்படுத்த முடியாத அவலத்தை மறதியாகக் கொண்டு நடக்கிறது பெருநகர வாழ்தல். அதன் வசமிருந்து விடுபடுதல் என்பது சாத்தியமற்ற எத்தனமாகிவிட ஒருநாளின் காலவட்டத்தின் துவக்கப் புள்ளி முதல் கடைசிப்புள்ளியும் இணையும் இடமாக புணர்ச்சிக்குப் பின்பான அலுப்பில் நிறைவடைந்து விடுகிறது. இக்கவிதையில் ஊற்றெடுக்கும் வரலாற்றுணர்வு மீஅவலத்தை minimalize செய்து காண்பிக்கிறது. இது பெருநகரின் விழுமிய வீழ்ச்சியைப் பாடுகிறது. தமிழச்சி தங்கபாண்டியன் அவர்களின் தனித்துவக் கவித்துவத்தை நேர்த்தியாகக் காணவேண்டும் எனச் சொல்ல முனைகிறேன். ஒரு குறிப்பிட்ட தேதியில் நேர்ந்த பேரிழப்பின் மீளாத் துன்ப உணர்வையும் நமது குற்றவுணர்வையும் இயலாமையையும் கடைசியாக inscape செய்து காண்பிக்கின்றன மே 18, 2010 எனும் தமிழச்சியின் கவிதையாடல்.

நீயும் நானும் நாங்களும்
முனைவர் இரா.பிரேமா

பாசாங்கற்ற கிராமத்து ஞானமும், செருக்கும், கிறுக்குப் பிடித்த கவிதை மொழிக்கும் சொந்தக்காரி தமிழச்சி. 'தமிழச்சி' கவிதைக்குள் 'சுமதி' வெளிப்படுவது யதார்த்தம். ஆனால் அக்கவிதைக்குள் 'நான்' வெளிப்படுவது யதார்த்தத்திலும் யதார்த்தம். இந்த மன இசைவு எனக்கு மட்டுமல்ல எத்தனையோ வாசகர்களுக்கும் ஏற்பட்டிருக்கக் கூடும். இதுதான் தமிழச்சியின் கவிதைகளுக்குக் கிடைத்த வெற்றி. என்னையும் என் மக்களையும் இவர் கவிதைகளுக்குள் இனம் காண்கிறேன்.

நானும் சுமதியைப் போன்று, ஓர் அப்பா பிரியை. அம்மாவிடம் சிறுமியாக இருக்கும்போது தினமும் திட்டும் அடியும் உதையும் வாங்கிப் பயணித்திருக்கிறேன். அப்பாவுடன் மௌனமாகப் பயணித்திருக்கிறேன். அம்மாவின் நெருக்கத்தைவிட அப்பாவின் அண்மை எனக்குள் அவரை வியாபிக்க வைத்தது. இதற்கு நேர் எதிரிடையாக சுமதிக்கு அவர் அப்பாவின் அண்மை வியாபித்திருக்கிறது.

தமிழச்சியின் தோற்றத்தில் கிராமியமில்லை; அப்பாவித்தனமும் இல்லை. ஆனால், அவர் உள்ளத்திற்குள் கிராமியம் அப்பியிருக்கிறது. அவர் நட்புடன் அணைக்கும் அணைப்பின் கதகதப்பில் கிராமத்துக்காரியின் அப்பட்டமான அபலைத்தனம் வெளிப்படுகிறது.

தமிழச்சி தம் கவிதைகளை மனதில் அடைகாத்து இயற்கையாகப் பெற்றெடுத்துள்ளார். கோட்பாட்டுக் கத்திகள் பதம்பார்க்கும் அறுவை சிகிச்சையின்றி அமைந்த சுகப் பேறுகளுக்குள் பிறந்தவை தான் இவர் கவிதைகள்.

கரிசல் மண்ணின் பெண்ணான இவர், அம்மண்ணின் வெக்கையையும் புழுக்கத்தையும் கவிதைப்படுத்தியுள்ளார். செயற்கை குளிரில் சுகப்படும் நமக்கெல்லாம் இந்த வெம்மையும் புழுக்கமும் புதியது மட்டுமல்ல, இதைப் போய் விரும்ப முடியுமா? எனத் தோன்றலாம். ஆனால் அப்படித் தோன்றாத வண்ணம் இவரது கவிதைகள் நம்மைத் தன்வயப்படுத்துகின்றன.

இவர் கவிதைகளில் வீசும் மண் கவுச்சி, படிக்கும் நம்மிடமும் வீசுகிறது. அதை விரும்பி ஏற்றுக்கொள்ளும் மனப்பக்குவம் நமக்குள் வந்துவிடுவது, இவர், தம் கவிதைகள் மூலம் மடைமாற்றித் தரும் அற்புதமாகும்.

கல்வி வாசனை அறியா விளிம்பு நிலை மக்களான பேச்சி, சிலம்பாயி, ஒச்சம்மா, காமாட்சி பாட்டி, முடியனூர்க் கிழவி, கோமதியக்கா, கருவாச்சி, பஞ்சவர்ணம், மேட்டுப்பட்டி சீனு, மொக்கையன், ஆளவந்தான், வெளியான் இவர்களை நாமும் சிறுவயதில் சந்தித்திருப்போம் . நம் உள்ளங்களில் எல்லாம் முகம் அற்றுப்போன இவர்கள், தமிழச்சி உள்ளத்தில் உறைந்து கிடக்கும் பேறு பெற்று, அவர் கவிதைக்குள் சாகாவரம் பெற்று உயிர்த்து வாழ்கிறார்கள்.

அதுபோன்றே, வெயில் சூட்டையும், அசங்கியிருக்கும் வானத்தையும், கோடை விடுமுறையையும், வயக்காட்டையும் அவர் , தம் மனதில் பத்திரப்படுத்தி வைத்தது போல், நாம் பத்திரப்படுத்த தவறிவிட்டோம். அப்பத்தாவின் பாம்படத்தைப் பெண்டுலமாக அவர் ரசித்து மகிழ்ந்தது போல், நாம் நினைவில் நிறுத்திக் கொள்ளவில்லை. நானும் என் போன்றவர்களும் கலர் பூந்தியையும், கம்பங் கூழையும், பனை நுங்கையும், பதநீர் தண்ணியையும், சில்லுக்கருப்பட்டியையும் தெரியாதது போல் பாசாங்கு செய்கின்றோம்.

மரப்பாச்சியையும், சுருக்குப் பையையும், தூளிச் சேலையையும் நாம் காலத்தால் மட்டுமல்ல, மனத்தாலும் கடந்து வந்தது போல், அவர் கடந்து வராமல், நுகத்தடியாய் மனதில் இருத்திக் கொண்டு, அவ்வப்போது தம் கவிதைகளில் பதியம் போட்டு உயிர்ப்பித்துக் கொண்டே இருக்கிறார். நிறை சூலியையும், பால் வாந்தி எடுக்கும் குழந்தையையும், வெற்றிலை எச்சிலோடு திரியும் மனிதர்களையும் அவர், பொழுது முச்சூடும் நினைத்து முந்தானையில் முடிந்து வைத்துக்கொண்டிருக்கிறார். அதனால்தான் தமிழச்சி படைப்பாளியாகவும், என் போன்றவர்கள் அவர்களை அண்ணாந்து பார்த்துப் பலவீனமாக முனங்கும், சின்னக் குழந்தையாய் எதிரெதிர் நிலையில் பயணிக்கின்றோம். மண் வாசனையை நான்(ம்) சலனமில்லாமல் கலைத்துவிட்டேன் (விட்டோம்). அவரோ கவனமாய் எடுத்துப் பன்னீர்த் துளியில் ஒத்தடம் தந்து, நாகம்மா தோட்டத்து நாவற்பழமாய் ஊதி, கறை போக்கி, தீப்பெட்டிப் பொன் வண்டாய்ப் பாதுகாத்து, பார்த்துப் பார்த்து நாளும் ரசித்து, தனித்து மகிழாமல் உடன் பயணிப்பவர்களையும் கைபிடித்து அழைத்து வந்து காட்டிக் காட்டி மகிழ்விக்கிறார்.

சிற்ப நேர்த்தியுடன், இழைக்கப்பட்ட வார்த்தைகளாக, பிரமிப்பு பிரமிடுகளாய், வகுப்பு பேதங்களுக்குள் அகப்படாது, உத்திகளுக்குள் நொறுங்கி உடைபடாது, கரிசல் வட்டார மொழியில், மல்லாந்து புரண்டு ஓடும் ஆறாகக் கவிதைகள் காட்சியளிக்க, அவற்றைக் கௌரவிக்க சபை அமைக்க காத்திருக்கின்றோம்.

குறுந்தொகையும் நெடுந்தகையுமாய் தமிழச்சி பகிர்ந்து கொண்ட சொல்லாடல்கள் எங்களுக்குப் பட்டாம்பூச்சிகளைவிட, வெட்டுக்கிளிகளாய் கூடுதலாகப் பிடித்துப்போனது. சபிக்கப்பட்ட இருளில், கங்குகளை ஊதி ஊதித் திரிந்த எங்களுக்கு, இனிக்கும் விஷயங்களாய் அமைந்தன அவர் கவிதைகள். கரும்புத் துண்டுகளாய் இனித்தன அவை. அக்கவிதைகளின் மெலிதான அதிர்வுகளில் அவருடன் நானும் நாங்களும். வெற்றுச் சொற்கள்கூட அவர் கைபட்டதும் காட்டுப் பூவாய் மலர்ந்த சூட்சுமம்தான் என்ன? பொடி மட்டை நாற்றம், கூந்தல் மல்லிகையாய் மணப்பது எப்படி? அப்பா பற்றிய அவர் அகராதி நாளும் விரிந்துகொண்டே போகும் ரகசியம் தான் என்ன? அவர் கவிதைகளில் கரிசல்மண்(பாலை) விசுவரூபம் எடுக்கும்போது, மருதமும் நெய்தலும் கண் மூடிக்கொண்டு வரைபடத்தில் கூட தன்னை இனம்காட்ட மறுத்து ஒளிந்து கொள்ளும் நிகழ்வு இலக்கிய எல்லைக்குள் நடந்துவிடுமோ?

வாழ்வின்மீதான பரிவுடனும் பற்றுடனும், தீராத தேடலுடனும் எழுதப்பட்ட அவர் கவிதைகளின் எழுச்சி இலக்கிய மரபுகளையும், நாட்டார் மரபுகளையும் இணைத்துப் பதியமிட்டு, புதிய ஒட்டுச் செடிகளாய்ச் செழித்து வளர்ந்துள்ளன.

தாய் மண்ணையும், தாய்மொழியையும் மண்ணின் மக்களையும் அரவணைத்து வளர்த்த அவர், "நான் என் ஊரை விட்டு முழுமையாக வெளியேறினாலும் மனத்தளவில் அங்கேயேதான் இருக்கின்றேன்" என்று கூறியதும் "உலகில் எனக்குப் பிடித்த இடம் எதுவென்று கேட்டால் மல்லாங்கிணறு என்றுதான் பதில் கூறுவேன்" என்று முழக்கமிட்டதும், மண்ணிலும் மனதிலும் ஈரமில்லாத நகரவாசிகளுக்கு அவர் மல்லாங்கிணற்று காக்கையாகத்தான் தெரிகின்றார்.

உடல் மொழியிலும், பாலிய வாடையிலும் உழன்றோர் மத்தியில், தமிழச்சியின் மொழி தனித்து ஒலிக்கும் மொழிதான். வெக்கை காட்டில் விளைந்த வெள்ளந்தியான அவர், முன்னவர்களுக்கு நேர் எதிர் முரண். ஆனால், தனித்துவத் தேடலில் அவரும் அவர்களும் இணைமுரண். பாத்திரங்களைக் கவிதைப்படுத்துவதில் கம்பனின் வாரிசான மகிழ்ச்சி, உறவுகளைக் கவித்துவப்படுத்துவதில் பாரதியார் வாரிசாகத் திகழ்கிறார்.

'எஞ்சோட்டுப் பெண்ணுடன் 'என்னுள் நுழைந்த அவர்', 'அவளுக்கு வெயில் என்று பெயரின்' மூலமாக என்னுள் வியாபித்துவிட்டார்.

அன்று கருவேலமரத்தின் காதலையும், அனல் காற்றை அள்ளியடிக்கும் கண்மாய்க்கரையையும் அது அதுவாகவே அடையாளம் காட்டிய சிறுமி அவர். இன்றோ வெயிலைப் பாடும்போது காதல் மொழி பேசும் அளவிற்கு வளர்ந்துவிட்டார்.

"அவன் வெயிலொத்தவன்
நான் வெயிலுக்குகந்தவள்"

"அலர் தூற்றும் வேப்பம் பூக்கள் மலர
கரிசலெங்கும் மணக்கிறது நம் காதல்"
என்று காதல் கவிபொழியும் நீ,

"சேர்தலின் ஈரமும்
பிரிதலின் உக்கிரமும்
வெயிலும் வெயில் சார்ந்த
காதலுமே கரிசல்"

என்ற சங்கப் புலவரின் மொழியாய் முதல் கரு உரி பேசி வளர்ச்சி கண்டார்.

"அவன் சுடுமண் சுனையொத்தவன்
நான் மணல் கடிகையானவள்
வெயில் நீராடி
வெயில் அணிந்து
வெயில் உண்டு
வெயில் உறங்கும் முன்
செவ்வி
அதன் தலைப் படுவோம்!"

சங்கச்சித்திரங்களின் ஈர்ப்பும் அரவணைப்பும் தமிழச்சியின் கவிதைகளில் அனேக இடங்களில் இணையாகவும் துணையாகவும் வெளிப்படுகின்றன என்ற கவிஞர் வைத்தீஸ்வரனின் கூற்றை யானும் வழிமொழிந்து,

தளம் பல கண்டு
தடை பல கடந்து
தடம் பல பதித்து
தனித்துவத்தைக் கைவிடாது
தமிழ் இலக்கியத் தரணியில்
நாளும் கரிசல் வெயில் சுடர் வீச
வாழ்த்துகின்றேன்!
வணங்குகின்றேன!

முனைவர் இரா பிரேமா,
மேனாள் முதல்வர்,
பக்தவச்சலம் நினைவு மகளிர் கல்லூரி, கொரட்டூர்.
சென்னை — 600 080